INSIGHT PUBLICA®

INSIGHT PUBLICA®
Nadakkavu, Kozhikode, Kerala
Tel:0495–4020666
www.insightpublica.com
e-mail: insightpublica@gmail.com
Veendum Europilekk
(Malayalam Travelogue)
Francis Devasya
First Edition: May 2021

ISBN 978-93-90535-89-7
Cover Design: KJ VJ

വീണ്ടും യൂറോപ്പിലേക്ക്

(പ്രിയതമക്ക് വേണ്ടി)

ഫ്രാൻസിസ് ദേവസ്യ

INSIGHT PUBLICA®

കോഴിക്കോട് ജില്ലയിലെ കോടഞ്ചേരിയിൽ ഒരു കർഷക കുടുംബത്തിൽ, പുലയൻപറമ്പിൽ ദേവസ്യ-മറിയക്കുട്ടി ദമ്പതികളുടെ രണ്ടാമത്തെ മകനായി 1957-ൽ ജനനം. 1967-ൽ മാതാപിതാക്കളോടൊപ്പം കണ്ണൂർ ജില്ലയിലെ കൊട്ടിയൂർ അമ്പായത്തോട്ടിലേക്ക് കുടിയേറി. അമ്പായത്തോട് എൽ.പി.സ്കൂൾ, കൊട്ടിയൂർ എൻ.എസ്.എസ്.യു.പി.സ്കൂൾ, കേളകം സെന്റ് തോമസ് എച്ച്.എസ്, കോടഞ്ചേരി സെന്റ് ജോസഫ് എച്ച്. എസ്. എന്നിവിടങ്ങളിലായി സ്കൂൾ വിദ്യാഭ്യാസവും, കൂത്തുപറമ്പ് നിർമ്മലഗിരി കോളേജിൽ നിന്നും പ്രീഡിഗ്രിയും, മാനന്തവാടി കണിയാരം സെന്റ് ജോസഫ് ടി.ടി.ഐ-ൽ നിന്നും അധ്യാപക പരിശീലനവും പൂർത്തിയാക്കി, 1981-ൽ അമ്പായത്തോട് എൽ.പി.സ്കൂളിൽ അധ്യാപകനായി സർവീസിൽ പ്രവേശിച്ചു. 1998-ൽ പ്രൊമോഷൻ നേടി ഏലപ്പീടിക എൽ.പി.സ്കൂളിലും അമ്പായത്തോട് യു.പി.സ്കൂളിലും വയനാട്ടിലെ ദ്വാരക യു.പി.സ്കൂളിലുമായി 16 വർഷം ഹെഡ്മാസ്റ്ററായി സേവനം അനുഷ്ഠിച്ചു. 2013-ൽ സർവീസിൽ നിന്ന് വിരമിച്ച് വിശ്രമജീവിതം നയിക്കുന്നു. francisdevasya.blogspot.com എന്ന ബ്ലോഗിലൂടെയും മറ്റ് നവമാധ്യമങ്ങളിലൂടെയും യാത്രാനുഭവങ്ങളും ആനുകാലിക നിരീക്ഷണങ്ങളും പങ്കുവെച്ചുവരുന്നു. ആഫ്രിക്കയിലെ മലാവി എന്ന രാജ്യത്തേക്ക് നടത്തിയ യാത്രയുടെ വിവരണമാണ് പ്രസിദ്ധീകൃതമാകുന്ന ആദ്യ കൃതി. സ്കാനിയ കൗണ്ടിയിലെ കൗമാര നഗരത്തിൽ എന്ന സ്വീഡൻ യാത്രാവിവരണവും യൂറോപ്യൻ ഡയറി എന്നൊരു ഇബുക്കും പ്രസിദ്ധികരിച്ചിട്ടുണ്ട്.

ഭാര്യ: റോസമ്മ (റിട്ട. ടീച്ചർ ടി.ടി.ഐ. മാനന്തവാടി), മക്കൾ: ലവിൻ, അരുൺ, ജെറിൻ. മരുമക്കൾ : അരുൺ പ്രകാശ്, ഡെനില. കൊച്ചുമക്കൾ: ദ്രുഷ, സിദ്ധ്യ, ഇഷിത

ഫോൺ: 9447964115, Email: fffrancypd@gmail.com

Books by the author

1. *മലാവി- ആഫ്രിക്കയുടെ ഊഷ്മള ഹൃദയത്തിലൂടെ*
2. *ഫ്രാൻസിസ് ദേവസ്യ- യൂറോപ്യൻ ഡയറി*
3. *സ്കാനിയ കൗണ്ടിയിലെ കൗമാര നഗരത്തിൽ*

ഫ്രാൻസിസ് ദേവസ്യ

ഉള്ളടക്കം

ആമുഖം

ഓരോ യാത്രയും പുത്തനാണ്.
എല്ലാ സീനിലും
ഓരോ ഫ്രെയിമിലും
പുതുപുത്തൻ ദൃശ്യവിരുന്നാണ്
പ്രകൃതി കരുതി വെച്ചിരിക്കുന്നത്.
സുപരിചിതമായ വിട്ടുവളപ്പിലാവട്ടെ,
നിത്യം നടക്കുന്ന നാട്ടിടവഴികളിലാവട്ടെ,
പ്രാദേശിക കാഴ്ചയിടങ്ങളിലാവട്ടെ,
സുപ്രസിദ്ധ വിനോദ സഞ്ചാര കേന്ദ്രങ്ങളിലാവട്ടെ,
അനുദിനം - അനുനിമിഷം - ദൃശ്യങ്ങൾ മാറുന്നുണ്ട്.
സ്ഥലനാമമോ സ്ഥായിയായ അടയാള ചിഹ്നങ്ങളോ (landmark)
ഒഴിച്ച് നിർത്തിയാൽ, ബാക്കിയെന്തിനും അത് ബാധകവുമാണ്.
കാഴ്ചക്കാരുടെ ദൃശ്യകോണിന്റെ അളവിനു പോലും, ഒരേ സമയത്തെ ഒരേ കാഴ്ചക്ക്, വൈയക്തികമായ മാനങ്ങൾ കല്പിച്ചെടുക്കാൻ കഴിയും.
അതുകൊണ്ട് ഒരു രണ്ടാമൂഴത്തിന്റെ സാധ്യത തീരെ ചെറുതല്ല.

വീണ്ടും കാണാൻ കൊതിക്കുന്ന യൂറോപ്യൻ കാഴ്ചകളിലേക്കാവുമ്പോൾ അതിന്റെ പ്രസക്തി കൂടുന്നുമുണ്ട്. പഴമയുടേയും പാരമ്പര്യത്തിന്റെയും ചാരുതക്ക മങ്ങലേൽക്കാതെ സുരക്ഷിതമായി നിലനിർത്തിക്കൊണ്ടുള്ള ആധുനിക അടിസ്ഥാനസൗകര്യ നിർമ്മിതികളും, സൗഹൃദവും സന്തോഷവും നിറഞ്ഞ ജനജീവിതവും കൊണ്ട്, സഞ്ചാരികളുടെ മനം കുളിർപ്പിക്കുന്ന യൂറോപ്പ്, കാഴ്ചകളുടെ കലവറ തന്നെയാണ്. കണ്ടുതീർക്കാനാവാത്തത്ര കാഴ്ചകൾ. എത്ര കണ്ടാലും

മതിവരാത്ത കാഴ്ചകൾ. അവിടെ ഓരോ തരി മണ്ണിനും കഥകളേറെ പറയാനുണ്ട്. അതുകൊണ്ടാണല്ലോ യൂറോപ്പിലെ കാഴ്ചയിടങ്ങൾ ലോക സഞ്ചാരികളുടെ എണ്ണം കൊണ്ട് ലോകറിക്കാർഡുകൾ ഭേദിക്കുന്നത്. മലയാളക്കരയിൽ നിന്നുള്ള കുറച്ചു സഞ്ചാരികൾക്കൊപ്പം, എന്റെ പ്രിയതമയെയും കൂട്ടി ഒരു രണ്ടാമൂഴത്തിനായി അങ്ങോട്ടേക്ക് പുറപ്പെട്ടത് ആ ലക്ഷോപലക്ഷം സഞ്ചാരികൾക്കൊപ്പം എണ്ണപ്പെടാനായിരുന്നില്ല. മുൻപൊരിക്കൽ സ്വീഡനും ഡെന്മാർക്കും ജർമ്മനിയും ഒക്കെ സന്ദർശിക്കാൻ ഭാഗ്യമുണ്ടായപ്പോൾ നേരിൽ കണ്ടറിഞ്ഞതും, മനസ്സിന്റെ ഓർമ്മത്താളുകളിൽ മായാതെ കിടക്കുന്നതുമായ യൂറോപ്യൻ അതിശയക്കാഴ്ച്ചകളിലേക്ക് ഒരിക്കൽ കൂടി എത്തിപ്പെടാൻ മനസ്സ് കൊതിച്ചതുകൊണ്ട് സഹധർമ്മിണിയുടെ പേര് പറഞ്ഞതാണ്.

ഇതൊരു സാധാരണ സഞ്ചാരമാണ്. പടിഞ്ഞാറൻ യൂറോപ്പിലെ ആറ് രാജ്യങ്ങളിലെ സുപ്രസിദ്ധ വിനോദ സഞ്ചാര കേന്ദ്രങ്ങളിലൂടെയുള്ള ഒരു ഓട്ട പ്രദക്ഷിണം. എങ്കിലും കാലവും, സമയവും, സഞ്ചാര വഴികളും വ്യത്യസ്തമാകയാൽ കാഴ്ചകളുടെ മാനം മാറുന്നുണ്ടാകും. തീർച്ച.

ഫ്രാൻസിസ് ദേവസ്യ

ഒരുക്കവും തുടക്കവും

വസന്തകാല യൂറോപ്പിന്റെ മനം മയക്കുന്ന സൗന്ദര്യവും, സുഖകരമായ കാലാവസ്ഥയും, പൗരാണികതയുടെ ഗരിമയും ഒക്കെ കണ്ടറിഞ്ഞ ഒരു മാസക്കാലം. സ്വീഡനിലും, ഡെന്മാർക്കിലും, ജർമ്മനിയിലും ഒക്കെ ചുറ്റിക്കറങ്ങാൻ ഭാഗ്യം കിട്ടിയ എന്റെ ആദ്യ യൂറോപ്യൻ യാത്ര. അതിന്റെ വിവരണങ്ങൾ കേട്ട് കേട്ട് , ആ യൂറോപ്പിനെ ഒന്ന് നേരിൽ കാണുവാൻ എന്റെ സഹധർമ്മിണിക്കും മോഹമുദിച്ചു. ചിലവേറിയ ഒരു സകുടുംബ യൂറോപ്യൻ യാത്രയെക്കുറിച്ച് ചിന്തിക്കുവാൻ പറ്റുന്ന കാലമല്ലാത്തതിനാൽ ആ മോഹം മനസ്സിൽ തന്നെ സൂക്ഷിച്ചു. റിട്ടയർമെന്റിനു ശേഷം, ഉത്തരവാദിത്വങ്ങൾ ഒട്ടൊക്കെ പൂർത്തിയായി എന്ന് കണ്ടപ്പോൾ, പെൻഷൻ തുക സ്വരുക്കൂട്ടി യാത്രക്ക് വേണ്ട പണം കരുതിവെച്ചു. ഒന്നര ലക്ഷം രൂപയ്ക്ക്, പത്ത് ദിവസം കൊണ്ട് ആറ് യൂറോപ്യൻ രാജ്യങ്ങളിലൂടെ ഉല്ലാസയാത്ര ഒരുക്കി കൊണ്ട് സഞ്ചാരികളെ ക്ഷണിക്കുന്ന ഒരു ടൂർ കമ്പനിയുടെ പരസ്യം ശ്രദ്ധയിൽ പെട്ടു. ലോക സഞ്ചാരികളുടെ ഇഷ്ട ലൊക്കേഷൻ ഈഫൽ ടവറും, ലൂവ്രേ മ്യൂസിയവും, സീൻ ക്രൂയിസും, പാരീസ് നഗരക്കാഴ്ചകളും (ഫ്രാൻസ്); പൗരാണിക യൂറോപ്യൻ നാഗരികതയുടെ വിശുദ്ധി കാത്ത് സൂക്ഷിക്കുന്ന ഗ്രാൻഡ് പ്ലെയ്സും, ആധുനിക വാസ്തുകലയുടെ അത്ഭുതം ഒളിപ്പിച്ച ആറ്റോമിയവും (ബെൽജിയം); നൂറ്റാണ്ടുകളുടെ പഴമയും തനിമയും നിലനിർത്തിക്കൊണ്ട് പുനഃസൃഷ്ടിച്ച സാൻസി സ്കാൻസ് (Zaanse Schans) ഗ്രാമക്കാഴ്ചകളും, ആംസ്റ്റർഡാം സ്ക്വയറിലെ പട്ടണക്കാഴ്ചകളും (നെതർലന്റ്സ്); ലോക മഹായുദ്ധങ്ങളെ അതിജീവിച്ച കൊളോൺ കത്തീഡ്രൽ ദേവാലയവും, മെയിൻ നദിയുടെ വരദാനമായ ഫ്രാങ്ക്ഫർട്ട് നഗരവും, ബ്ലാക് ഫോറസ്റ്റിലെ റ്റിറ്റിസി തടാകവും (ജർമ്മനി); ആൽപ്സ് പർവ്വതനിരകളിലെ മഞ്ഞണിഞ്ഞ കൊടുമുടികളും, പുഷ്പവാടികൾ പോലെ സുന്ദരമായ താഴ്വാരങ്ങളിലെ ഗ്രാമക്കാഴ്ചകളും

(സ്വിറ്റ്സർലാൻഡ്സ്); കലയും കായിക വിനോദവും ഫാഷനും പാരമ്പര്യവും ഒക്കെ മേളിക്കുന്ന മിലൻ നഗരവും, പിന്നെ ഷേക്സ്പിയറുടെ 'വെനീസിലെ വ്യാപാരി' വായിച്ച കാലം മുതൽ കാണാൻ കൊതിച്ച സാക്ഷാൽ വെനീസും (ഇറ്റലി) ഒക്കെ ഉൾപ്പെടുത്തിക്കൊണ്ടുള്ള ഒരു ഓട്ടപ്രദക്ഷിണം. കൊക്കിലൊതുങ്ങുന്ന പാക്കേജാണെന്നു കണ്ടപ്പോൾ ടൂർ കമ്പനിയുമായി നേരിൽ ബന്ധപ്പെട്ടു. മുൻബാച്ചുകളിലെ യാത്രികരുടെ അനുഭവങ്ങൾ ശേഖരിച്ചു. സ്വീകാര്യമായ സമീപനവും പോക്കറ്റിനിണങ്ങുന്ന തുകയും ഒക്കെ ആയതിനാൽ അവരോടൊപ്പമാകട്ടെ പ്രിയതമക്ക് വേണ്ടിയുള്ള യൂറോപ്പ് സന്ദർശനം എന്ന തീരുമാനത്തിലെത്തി. അഡ്വാൻസ് കൊടുത്ത് രണ്ടു സീറ്റുകൾ ഉറപ്പിച്ചു. വയനാട്ടിലുള്ള വിനോദയാത്രാ തൽപരരായ എന്റെ ചില സുഹൃത്തുക്കളെ വിവരം അറിയിച്ചു. ഒരു ചൈനാ ടൂറിന് തയ്യാറെടുത്തുകൊണ്ടിരുന്ന പ്രിയ സുഹൃത്ത് ജനാർദ്ദനൻ മാഷും ഭാര്യ ഗീതയും ഞങ്ങളോടൊപ്പം യൂറോപ്യൻ ടൂറിൽ പങ്കാളികളാവാൻ തയ്യാറായി. അദ്ദേഹത്തിന്റെ പ്രേരണയാൽ ബാബു ഡോക്ടറും ഭാര്യ പ്രേമയും, പിന്നെ കരുണാകരൻ മാഷും ഭാര്യ ജാനകി ചേച്ചിയും ഞങ്ങളോടൊപ്പം ചേർന്നു. അങ്ങനെ മലബാറിൽ നിന്നുള്ള എട്ടുപേർ വിസ നടപടികൾക്കുള്ള ക്രമീകരണങ്ങൾ ആരംഭിച്ചു.

എറണാകുളത്തുള്ള വിസ ഫെസിലിറ്റേഷൻ സെന്ററിൽ ഹാജരാകാൻ അറിയിപ്പ് കിട്ടി. സെപ്റ്റംബർ മാസം പതിനെട്ടാം തിയതി അതിരാവിലെ എറണാകുളത്ത് എത്തിച്ചേർന്നു. വിസക്ക് ആവശ്യമായ കടലാസുജോലികൾ എല്ലാം പൂർത്തിയാക്കി, ടൂർ കമ്പനിയുടെ ഒരു പ്രതിനിധി അവിടെ ഞങ്ങളെ കാത്തിരിക്കുന്നുണ്ടായിരുന്നു. വിസ ലഭിക്കുന്നതിന് വേണ്ട ബയോമെട്രിക്സ് എടുക്കുന്നതിനായി VFS ലെ ഫ്രാൻസ് കോൺസുലേറ്റിന്റെ കൗണ്ടറിൽ ഹാജരായി.

യൂറോപ്യൻ ടൂറിനുള്ള ഷെൻജൻ (Schengen) വിസ ലഭിച്ചതായി അറിയിപ്പ് കിട്ടിയപ്പോൾ വലിയ സന്തോഷമായി. പിന്നെ തകൃതിയായി ഒരുക്കങ്ങൾ തുടങ്ങി. ഒക്ടോബർ മാസത്തിലാണ് യാത്ര. യൂറോപ്പിൽ ശൈത്യ കാലത്തിന്റെ ആരംഭം കുറിക്കുന്ന നാളുകൾ. സ്വിറ്റ്സർലാൻഡ്സിലെ മഞ്ഞണിഞ്ഞ മലനിരകളിലൊക്കെ എത്തുമ്പോൾ തണുപ്പിനെ അതിജീവിക്കാൻവേണ്ട മുൻകരുതലുകൾ വേണം. സഞ്ചാരത്തിനിണങ്ങുന്ന വസ്ത്രങ്ങൾ കരുതണം. പിന്നെ കുറച്ചു യൂറോ. അങ്ങനെ ആവശ്യം വേണ്ട മുന്നൊരുക്കങ്ങളുമായി 2019 ഒക്ടോബർ ഒന്നാം തിയതി വീടുപൂട്ടിയിറങ്ങി. പിറ്റേന്ന് അതിരാവിലെ നെടുമ്പാശേരി എയർപോർട്ടിൽ എത്തി. സംഘാടകരെ കാത്തുനിൽക്കുന്നതിനായി നിർദ്ദേശിച്ചിരുന്ന സ്ഥലത്ത് വലിയ ബാഗേജുകളുമായി

• മസ്കറ്റിലേക്ക്

ആരൊക്കയോ എത്തിയിട്ടുണ്ട്. പരസ്പരം പരിചയമില്ലാത്തതിനാൽ ആരും ആരെയും മൈൻഡ് ചെയ്യില്ല. അൽപ്പ സമയത്തിനകം എന്റെ സുഹൃത്തായ ജനാർദ്ദനൻ മാഷും ടീമും എത്തി. ഡോക്ടർ ബാബുവിനെയും പ്രേമയെയും പരിചയപ്പെട്ടു. കരുണാകരൻ മാഷേയും ജാനകി ചേച്ചിയേയും നേരത്തെ അറിയാം. ആറു മാസം മുൻപ് നടന്ന കുളു മണാലി ടൂറിൽ ഞങ്ങൾ ഒന്നിച്ചുണ്ടായിരുന്നു.

രണ്ടു വനിതകൾ വന്നു പരിചയപെട്ടു. സവിതയും ഐശ്വര്യയും. ഞങ്ങളുടെ ടൂർ മാനേജരും ഗൈഡും ഒക്കെയാണ്. പാസ്സ്പോർട്ടും വിസയും മറ്റ് രേഖകളും തന്ന് ഏൽപ്പിച്ചു. ചെക്കിൻ ചെയ്യുകൊള്ളാൻ നിർദ്ദേശവും കിട്ടി. നടപടിക്രമങ്ങൾക്കിടയിൽ പാസ്പ്പോർട്ടിൽ എക്സിറ്റ് സീൽ പതിച്ച് ഭാരതത്തിന്റെ മണ്ണിൽനിന്നും ഞങ്ങളെ പുറത്താക്കി. കൊച്ചിയിൽ നിന്നും മസ്ക്കറ്റിലേക്കു പറക്കുന്ന WY 226 ഒമാൻ എയറിന്റെ ബോയിങ് 737 -800 വിമാനത്തിന്റെ 35 E, 35 F സീറ്റുകളിൽ ടേക്ക് ഓഫിനായി കാത്തിരുന്നു...

യൂറോപ്പിന്റെ മണ്ണിൽ

മൂന്നര മണിക്കൂർ യാത്രക്കൊടുവിൽ പ്രാദേശിക സമയം പകൽ 12 മണിക്ക് ഒമാനിലെ മസ്കറ്റിൽ ഫ്ലൈറ്റ് നിലം തൊട്ടു. തുടർ യാത്രക്കുള്ള വിമാനം പുറപ്പെടുന്ന 29 C ഗേറ്റ് കണ്ടു പിടിച്ചു. ഫ്രാൻസിലെ പാരീസിലേക്കുള്ള അടുത്ത വിമാനത്തിനായി കാത്തിരുന്നു. സംഘാംഗങ്ങൾ ഒരുപാടുണ്ടെങ്കിലും അധികമാരും അവരവരുടെ സൗഹൃദ വലയം ഭേദിച്ച് പുറത്തു കടന്നിരുന്നില്ല. സ്വന്തം പരിചയ സീമകൾക്കുള്ളിൽ ചെറു കൂട്ടങ്ങളായിത്തന്നെ നിലനിന്നു. തമിഴ് സംസാരിക്കുന്ന ഒരു പുരുഷനും സ്ത്രീയും ഞങ്ങളുടെ സമീപം വന്നിരുന്നു. വലിയ ലഗേജുകളുമായി

● മസ്ക്കറ്റ് വിമാനത്താവളത്തിൽ

നെടുമ്പാശ്ശേരിയിൽ നിന്നും അവർ ഞങ്ങളോടൊപ്പം ചെക്കിൻ ചെയ്യുന്നത് ശ്രദ്ധിച്ചിരുന്നു. വിദേശത്ത് എവിടെയോ കുടുംബതാമസമുള്ളവരാണെന്നാണ് കരുതിയത്. എന്നാൽ കുശലാന്വേഷണത്തിനിടയിൽ അവരും ഞങ്ങളോടൊപ്പം യൂറോപ്യൻ ടൂറിന് പുറപ്പെട്ടവരാണെന്നും, തമിഴ് നാട്ടിൽനിന്നുള്ള ദമ്പതികളാണെന്നും മനസ്സിലായി. അവർക്ക് മലയാളം നല്ല നിശ്ചയം ഇല്ലാത്തതിനാൽ ഞങ്ങൾക്ക് അറിയാവുന്ന തമിഴിൽ ആശയവിനിമയം നടത്തി അവരുമായി സൗഹൃദം സ്ഥാപിച്ചു.

ബോയിങ് കമ്പനിയുടെ പുതിയ ഡ്രീം ലൈനർ 787-9 വൈഡ് ബോഡി എയർക്രാഫ്റ്റാണ്, ഫ്രാൻസിലെ CDG (Charles de Gaulle) എയർ പോർട്ടിലേക്ക് ഞങ്ങളെയും കൊണ്ട് പറന്നുയർന്നത്. അതിന്റെ വലുപ്പവും സൗകര്യങ്ങളും യാത്രികരെയെല്ലാം അത്ഭുതപ്പെടുത്തുന്നുണ്ടായിരുന്നു. നല്ല സർവീസും സൗകര്യങ്ങളുമുള്ള, എന്നാൽ മിതമായ നിരക്കിലുള്ള അന്താരാഷ്ട്ര യാത്രകൾ ഒരുക്കുന്ന, ഒമാൻ എയറിന് നന്ദി പറഞ്ഞ് കൊണ്ട് പാരീസിൽ ഫ്ലൈറ്റ് ഇറങ്ങുമ്പോൾ, അവിടെ പ്രാദേശിക സമയം വൈകുന്നേരം 7.40 ഷെൻജൻ വിസയിൽ യൂറോപ്പിൽ വന്നിറങ്ങിയ ആദ്യത്തെ യൂറോപ്യൻ രാജ്യം എന്ന നിലയിൽ പാസ്പോർട്ട് വെരിഫിക്കേഷനും സെക്യൂരിറ്റി ചെക്കിംഗും ഉൾപ്പെടെയുള്ള നടപടികളെല്ലാം കഴിഞ്ഞ് പുറത്തിറങ്ങി. ബസ്സുകളും ടാക്സിയും ഒക്കെയെത്തുന്ന സ്ഥലത്തിനരികെ ഒരിടത്ത് വിശ്രമിക്കുവാൻ നിർദ്ദേശം തന്നുകൊണ്ട് ടൂർ മാനേജർ ആരെയൊക്കെയോ വിളിക്കുന്നുണ്ടായിരുന്നു. ഈ സമയം ഞങ്ങളുടെ മലയാളം വർത്തമാനം കേട്ടുകൊണ്ട് ഒരു പെൺകുട്ടി അടുത്തേക്ക് നടന്നു വന്നു. പരിചയപ്പെട്ടു കുശലാന്വേഷണങ്ങൾ നടത്തിയപ്പോഴാണ്, ആ പെൺകുട്ടി, ഞങ്ങളുടെ ഒരു പഴയകാല അയൽവാസിയുടെ മകളാണ് എന്നറിയുന്നത്. ബാംഗ്ലൂരിൽ ഒരു ഐടി കമ്പനിയിൽ ജോലി നോക്കുകയാണ്. തുടർയാത്രക്കുള്ള ക്രമീകരണങ്ങൾക്കായി അവൾ യാത്രപറഞ്ഞ് പുറത്തേക്ക് പോയി. യൂറോപ്പിലെ കാഴ്ചകൾ കാണാൻ ചങ്കുറ്റത്തോടെ ഒറ്റക്ക് ഇറങ്ങിത്തിരിച്ചിരിക്കുന്ന ആ പെൺകുട്ടിയെ മനസ്സാലെ അഭിനന്ദിച്ചു കൊണ്ടാണ് ഞങ്ങൾ പുറത്തേക്ക് നടന്നത്.

പാരീസ് നഗരത്തിന്റെ മായക്കാഴ്ചകളിലൂടെ ഞങ്ങൾക്ക് താമസസൗകര്യം ഒരുക്കിയിരിക്കുന്ന മില്ലേനിയം ഹോട്ടലിലേക്ക് യാത്ര ചെയ്യുകയാണ്. ബസ്സിൽ കയറി ഹോട്ടലിലേക്കുള്ള യാത്ര ആരംഭിച്ചപ്പോൾ തന്നെ, ടൂർ മാനേജർ സവിത ഒരു അനൗൺസ്മെൻറ് നടത്തിയിരുന്നു. ഹോട്ടലിൽ എത്തിയാലുടനെ എല്ലാവരുടേയും പാസ്പോർട്ടുകൾ ടൂർ മാനേജരെ ഏൽപ്പിക്കണം എന്നതായിരുന്നു ആ നിർദ്ദേശം.

യൂറോപ്പിലെ ഞങ്ങളുടെ സഞ്ചാരം അവസാനിക്കുന്ന ദിവസം, ഇറ്റലിയിലെ മിലൻ എയർപോർട്ടിൽ വച്ച് മാത്രമാണ് ഇനി അത് തിരികെ ലഭിക്കുക എന്നും അറിയിച്ചിരുന്നു. അരമണിക്കൂറിനുള്ളിൽ ഞങ്ങൾ ഹോട്ടലിൽ എത്തി. ബാഗും സാമഗ്രികളും ഒക്കെ എടുത്തു പുറത്തിറങ്ങി.

ഞങ്ങളുടെ പാസ്പോർട്ടുകൾ ശേഖരിച്ചു തുടങ്ങി. മസ്കറ്റിൽ വെച്ച് ഞങ്ങളുടെ അടുത്തെത്തി പരിചയം സ്ഥാപിച്ച തമിഴ്നാട്ടിൽനിന്നുള്ള ദമ്പതികൾ മാത്രം പാസ്പോർട്ട് കൊടുക്കാൻ വിസമ്മതിച്ചു. ഹോട്ടലിൽ അവർക്ക് അക്കോമഡേഷൻ വേണ്ടെന്നും, പരിചയമുള്ള ആരുടേയോ വീട്ടിൽ താമസ സൗകര്യം ഏർപ്പെടുത്തിയിട്ടുണ്ടെന്നും, പിറ്റേന്ന് രാവിലെ വന്ന് ടീമിനൊപ്പം ചേർന്നു കൊള്ളാമെന്നുമൊക്കെ പറഞ്ഞ് പാസ്പോർട്ട് കൈമാറാതിരിക്കാൻ ഒരു ശ്രമം നടത്തി. മേലധികാരികൾ പറഞ്ഞിട്ടുള്ള കാര്യങ്ങൾ അനുസരിക്കുകയേ നിവൃത്തിയുള്ളൂ എന്നും, നിർബന്ധമായും പാസ്പോർട്ട് ഏൽപ്പിക്കണമെന്നും ടൂർ മാനേജർ സവിത ശാഠ്യം പിടിച്ചു. ഹോട്ടലിൽ താമസിക്കാതെ പുറത്തു പോകുന്നതിനാൽ പാസ്പോർട്ട് കൈവശം ഉണ്ടായിരിക്കണമെന്ന് അവരും വാശിപിടിച്ചു. ഫ്രാൻസിലും കേരളത്തിലും ഒക്കെയുള്ള അധികാരികളുമായി സംസാരിച്ചശേഷം, ഹോട്ടൽ അധികൃതരുടെ സഹായത്തോടെ, പോലീസിൽ വിവരം അറിയിച്ചു. നിമിഷങ്ങൾക്കകം പോലീസ് പാഞ്ഞെത്തി. കുറച്ചു സമയത്തെ ചർച്ചകൾക്ക് ശേഷം അവർ രണ്ടുപേരെയും പോലീസ് വാഹനത്തിൽ കയറ്റി കൊണ്ടുപോകുന്ന കാഴ്ചക്കും സാക്ഷിയാകേണ്ടി വന്നു. അപ്പോഴാണ് കാര്യങ്ങളുടെ കിടപ്പ് ഞങ്ങൾക്ക് മനസ്സിലായത്. എങ്ങനെയെങ്കിലും യൂറോപ്പിൽ എത്തി അവിടെ മുങ്ങണം എന്ന ദുരുദ്ദേശത്തോടെ, ഈ ടൂർ പ്രോഗ്രാമിൽ ചേർന്നവരായിരുന്നു അവർ രണ്ടുപേരും.

പാരീസ് നഗരത്തിലെ അതിശയക്കാഴ്ചകൾ

ആദ്യ ദിവസങ്ങളിൽ അപരിചിതത്വത്തിന്റെ അകലം പാലിച്ചവർക്കിടയിൽ ക്രമേണ സൗഹൃദത്തിന്റെ ഇഴയടുപ്പം കൂടി വന്നു. തിരുവനന്തപുരം മുതൽ കാസർകോട് വരെയുള്ളവരും, അയൽ സംസ്ഥാനമായ തമിഴ് നാട്ടിൽനിന്നുള്ളവരും സംഘത്തിൽ ഉണ്ടെന്ന് തിരിച്ചറിഞ്ഞു. സ്കൂൾ വിദ്യാർത്ഥിയായ നന്ദു മുതൽ 84 വയസ്സുകാരൻ ചേലാട്ട് ചന്ദ്രൻ മേനോൻ എന്ന റിട്ടയേഡ് ഐഎസ്ആർഒ ഉദ്യോഗസ്ഥൻ വരെയുള്ള വ്യതസ്ത തലമുറയിൽ പെട്ടവർ. വിശ്രമജീവിതം വിനോദപ്രദമാക്കാൻ സകുടുംബം യാത്ര തിരിച്ചവർ മുതൽ ഹണിമൂൺ ട്രിപ്പിനിറങ്ങിയ യുവ മിഥുനങ്ങൾ വരെ. സ്വന്തം ബിസിനസ്സിനും ഉത്തരവാദിത്വമേറെയുള്ള തൊഴിലിനും ഒക്കെ ഇടവേള കൊടുത്തുകൊണ്ട് യൂറോപ്പിന്റെ മണ്ണിൽ അടിച്ചുപൊളിക്കാൻ ഇറങ്ങി പുറപ്പെട്ട യൗവ്വനക്കാരും. ടൂർ മാനേജർ സവിതയും ഗൈഡ് ഐശ്വര്യയും അടക്കം 39 പേരുൾപ്പെട്ട വലിയൊരു കൂട്ടുകുടുംബം.

ഒക്ടോബർ മൂന്നാം തിയതി രാവിലെ, പാരിസിലെ മില്ലേനിയം ഹോട്ടലിന്റെ പാർക്കിങ് ഏരിയയിൽ, RFZ 1 2 3 എന്ന നമ്പറിലുള്ള ഒരു മെഴ്സിഡസ് ബെൻസ് ബസ്സും, അതിന്റെ ഡ്രൈവറായ ഹംഗറിക്കാരൻ Karoly Horvath എന്ന ചെറുപ്പക്കാരൻ സായിപ്പും ഞങ്ങളെ കാത്ത് കിടക്കുന്നുണ്ടായിരുന്നു. ഇനിയുള്ള ദിവസങ്ങളിൽ യൂറോപ്പിലെ കാഴ്ചകളിലൂടെ ഞങ്ങളെ നയിക്കേണ്ട വാഹനം കണ്ടപ്പോൾ തന്നെ വല്ലാത്ത ഒരു ആശ്വാസം. ഉന്തും തള്ളും ബഹളവുമൊന്നുമില്ലാതെ സാവധാനം ബസ്സിനുള്ളിൽ കയറി. സൗകര്യപ്രദമായ സീറ്റുകളിൽ ഇരുപ്പുറപ്പിച്ചു. ഡ്രൈവർക്കു വേണ്ടി ടൂർ മാനേജർ സവിത രണ്ടു മുന്നറിയിപ്പുകൾ തന്നു.

ബസ്സിന്റെ ഉള്ളിൽ വെള്ളവും ആഹാരാവശിഷ്ടങ്ങളും ഒന്നും വീണ് വൃത്തികേടാകാതെ സൂക്ഷിക്കണം. യാത്ര വേളയിൽ സീറ്റ് ബെൽറ്റ് ധരിക്കണം. (യൂറോപ്പിൽ ബസ്സിനുള്ളിലും സീറ്റ് ബെൽറ്റ് നിർബന്ധ മാണ്).

ആദ്യ ദിനം പാരീസ് നഗരത്തിലെ ഈഫൽ ടവറും സീൻ നദിയിലെ ഉല്ലാസയാത്രയും മറ്റു നഗരക്കാഴ്ചകളുമാണ് പ്രോഗ്രാമിലുള്ളത് എന്ന അറിയിപ്പ് തന്നശേഷം, തലേ ദിവസത്തെ പോലീസ് ഇടപെടലിന്റെ തുടർ നടപടികളുടെ വിവരം കൂടി സവിത പങ്കുവെച്ചു. രാത്രിയിൽ തന്നെ അവരെ രണ്ടുപേരെയും ഇന്ത്യയിലേക്കുള്ള വിമാനത്തിൽ കയറ്റി മടക്കി അയച്ചതായി പോലീസ് അറിയിച്ചു എന്ന വിവരം പറഞ്ഞു കേട്ടപ്പോ ഴാണ് ടൂർ മാനേജർ എന്ന നിലയിൽ, ഉത്തരവാദിത്വത്തോടെ പ്രവർ ത്തിക്കുന്ന ആ വനിതാരത്നത്തോടുള്ള ആദരവ് കൂടിയത്.

ഈഫൽ ടവർ

പാരീസ് നഗരത്തിന് തിലകക്കുറിയായി തലയുയർത്തി നില്ക്കു ന്ന അത്ഭുത വാസ്തുനിർമ്മിതിയായ ഈഫൽ ടവറായിരുന്നു ആദ്യ സന്ദർശന കേന്ദ്രം. വല്ലാത്ത ട്രാഫിക് ബ്ലോക്കിൽ കുടുങ്ങി വളരെ സാവധാനമാണ് വാഹനത്തിന് പാരീസ് നഗര കേന്ദ്രത്തിലേക്ക് എത്താൻ കഴിഞ്ഞത്. പന്ത്രണ്ട് രാജപാതകൾക്ക് സംഗമസ്ഥാനം ഒരുക്കിക്കൊണ്ട് പണിതുയർത്തിയ Arc de Triomphe വലം വെച്ച് കോൺകോഡ് സ്ക്വയറിലേക്ക് പ്രവേശിച്ചു. സഞ്ചാരികളിൽ അലൗകിക അനുഭൂതികൾ ഉണർത്തുന്നതും, നൂറ്റാണ്ടുകളുടെ പാരമ്പര്യമഹത്വം വിളിച്ചോതുന്നതുമായ കൊട്ടാരമന്ദിരങ്ങളും, വ്യാപാര കേന്ദ്രങ്ങളും, വലിയ ജലധാരകളും ഒക്കെ കണ്ണുകൾക്ക് വിരുന്നൊരുക്കി. വഴിക്കാ ഴ്ചകളുടെ സവിശേഷതകൾ വിവരിക്കുന്ന ഐശ്വര്യയുടെ ലൈവ് വിവരണം കൂടിയായപ്പോൾ ചരിത്രസ്മരണകളുടെ അലയൊലികൾ കൂടി സൃഷ്ടിക്കപ്പെട്ടു.

ഒരു ട്രാഫിക് സിഗ്നലിൽ വാഹനം നിന്നപ്പോൾ ഏതോ ഒരു തെരുവ് കലാകാരൻ അഞ്ചെട്ടു പന്തുകൾ അമ്മാനമാടിക്കൊണ്ട് വാഹനങ്ങൾക്കിടയിലൂടെ നടന്നു നീങ്ങുന്ന രസകരമായ ഒരു കാഴ്ച. കലകളുടെയും, കലാകാരൻമാരുടെയും, ഫാഷന്റെയും ഒക്കെ ലോക തലസ്ഥാനത്ത്, തെരുവ് കലാകാരന്മാർക്കും ഇടമുണ്ട് എന്നയാൾ വിളിച്ചുപറയും പോലെ തോന്നി. സീൻ നദിക്കരയിലൂടെ യാത്ര മുന്നേറിയപ്പോൾ കണ്ണിന്റെ ക്യാമറ സ്ക്രീനിൽ ലോകത്തിലെ മികച്ച

അതിശയക്കാഴ്ചകളിൽ ഒന്നായ ഈഫൽ ടവറിന്റെ ആദ്യ ചിത്രം പതിഞ്ഞു. സീൻ നദി ക്രോസ് ചെയ്ത് ഈഫൽ ടവറിന്റെ പാർക്കിംഗ് ഏരിയയിൽ വാഹനത്തിൽ നിന്നിറങ്ങി. വെള്ളക്കൊടി ഉയർത്തിപ്പിടിച്ച് ടൂർ മാനേജർ മുന്നേ നടന്നു. അതിനു പിന്നാലെ അനുസരണയുള്ള നേഴ്സറിക്കുട്ടികളെപ്പോലെ ഞങ്ങളും. ഇരുവശവും വളർന്നു തണൽ വിരിച്ച നിൽക്കുന്ന മേപ്പിൾ മരങ്ങളുടെ ഇലച്ചാർത്തുകൾക്കിടയിലൂടെ ആകാശ വിതാനത്തിൽ ഈഫൽ ടവറിന്റെ സ്തൂപികാകൃതിയുള്ള മകുടം കണ്ടുകൊണ്ട് അതിന്റെ ചുവട്ടിലേക്ക് നടന്നടുത്തു.

അലക്സൻഡ്രെ ഗുസ്താവ് ഈഫൽ (Alexandre Gustave Eiffel) എന്ന സിവിൽ എഞ്ചിനീയർ നയിക്കുന്ന ഒരു നിർമ്മാണ കമ്പനി ഡിസൈൻ ചെയ്ത് നിർമ്മിച്ചതും, അദ്ദേഹത്തിന്റെ പേരിൽ തന്നെ അറിയപ്പെടുന്നതുമായ, പാരീസിന്റെ അടയാള ചിഹ്നത്തിന്റെ ചുവട്ടിലാണ് ഞങ്ങൾ നിൽക്കുന്നത് . 500 ച.മീറ്റർ വിസ്തൃതിയിൽ സമചതുരാകൃതിയിലുള്ള ബേസ്മെൻറ്റിൽ നിറയെ സഞ്ചാരികൾ. ലോകത്തിന്റെ നാനാഭാഗങ്ങളിൽ നിന്നുള്ളവരുടെ ഒരു മേളനം. ക്യാമറ കയ്യിൽ ഉള്ളവരെല്ലാം ചിത്രീകരണത്തിന്റെ തിരക്കിലാണ്. വിവിധ ആംഗിളുകളിലുള്ള ഓർമ്മചിത്രങ്ങളും, ഈഫൽ ഫ്രീ വൈ ഫൈ ഉപയോഗിച്ചുള്ള ലൈവ് വിഡിയോയും ഒക്കെയായി സഞ്ചാരികൾ ആഘോഷിക്കുകയാണ്.

ഈഫൽ ടവറിനു ചുവട്ടിലെ ബാരിക്കേട്ടുകൾക്കിടയിൽ വരിനിന്ന് രണ്ടാം ലവലിലേക്കുള്ള ലിഫ്റ്റിൽ കയറിപ്പറ്റി. സഞ്ചാരികളെയും കൊണ്ട് അതിവേഗം ബഹുദൂരം ഉയർന്നു പൊങ്ങുന്ന ലിഫ്റ്റിന്റെ ജാലകത്തിലൂടെ പാരീസ് നഗരത്തിന്റെ വിഹഗവീക്ഷണം തരപ്പെട്ടപ്പോൾ, അതിശയത്തിന്റെ ആഹ്ളാദാരവങ്ങളുമായി സഞ്ചാരികൾ നിലമറന്നു. വലിയ ചക്രങ്ങളിൽ ചുറ്റി വരിയുന്ന ഇരുമ്പ് കയറുകൾ കൊണ്ട് വലിച്ചുകയറ്റുന്ന ലിഫ്റ്റ്, രണ്ടാം ലെവലിൽ നിശ്ചലമായി. സീൻ നദിയുടെ ഇരു കരകളിലുമായി വളർന്നു പടർന്നു കിടക്കുന്ന പാരീസ് നഗരത്തെ അത്ഭുതത്തോടെ കണ്ടുകൊണ്ട് അതിൽ നിന്നും പുറത്തേക്ക് ചുവടു വെക്കുമ്പോൾ, ഏതോ മായിക ലോകത്ത് എത്തിയപോലൊരു തോന്നൽ. 81 നിലകളുള്ള ഒരു കെട്ടിടത്തിന്റെ ഉയരമുള്ള (1063 FT), ഉരുക്കിൽ നിർമ്മിച്ച ഒരു അത്ഭുത സൃഷ്ടി. ഫ്രഞ്ച് വിപ്ലവത്തിന്റെ ശതാബ്ദി ആഘോഷത്തിന്റെ ഭാഗമായി, 1889 ൽ നടന്ന ലോക വ്യാപാര മേളയുടെ പ്രവേശന കവാടമായി നിർമ്മിച്ചതും, പിൽക്കാലത്ത് ഫ്രാൻസിന്റെ സാംസ്കാരിക അടയാളമെന്ന നിലയിൽ (CULTURAL ICON) ലോകം മുഴുവനും തിരിച്ചറിയുന്നതുമായ മനോഹരമായ നിർമ്മിതി. അതിന്റെ മുകളിലാണ് ഇപ്പോൾ നിൽക്കുന്നതെന്നും, പാരീസ് നഗരത്തിന്റെ മനംമയക്കുന്ന ദൃശ്യങ്ങളാണ്

● ഈഫൽ ടവറിൽ നിന്നുള്ള പാരീസ് നഗരക്കാഴ്ച

കാണുന്നതെന്നുമുള്ള യാഥാർത്ഥ്യം ഉൾക്കൊള്ളുമ്പോഴാണ്, ഞങ്ങളുടെ യൂറോപ്യൻ യാത്രയിലെ ആദ്യ ലക്ഷ്യ സ്ഥാനം പ്രദാനം ചെയുന്ന ചെറുതല്ലാത്ത സന്തോഷം തിരിച്ചറിയുന്നത്.

അംബരചുംബികളായ ബഹുനില കെട്ടിടങ്ങൾ ഈഫൽ ടവറിന്റെ മുകളിൽ നിന്ന് നോക്കുമ്പോൾ തീപ്പെട്ടി കൂടുകൾ അടുക്കിയ പോലെ ചെറുതായി കാണുന്നു. എങ്കിലും പാരീസ് നഗരത്തിന്റെ ആസൂത്രണ മികവും ഭംഗിയും അവിടെ നിന്നുള്ള കാഴ്ചയിൽ ബോധ്യമാകും. നൂറ്റാണ്ടുകൾക്ക് മുൻപേ ഇത്രയേറെ ദൂരക്കാഴ്ചയോടെ നഗരാസൂത്രണം നടത്തിയവരെ നമിച്ചേ പറ്റൂ. ആ മനോഹരമായ ദൃശ്യങ്ങളിൽ ലയിച്ച് കണ്ണിമപൂട്ടാതെ നിൽക്കുമ്പോൾ, സീൻ നദിക്കരയിലെ തെരുവുകളിലൂടെ അപകടസൈറൺ മുഴക്കികൊണ്ട് പാഞ്ഞുപോകുന്ന ഒരു കൂട്ടം ആംബുലനൻസുകളുടെ ശബ്ദവും കാഴ്ചയും അൽപ്പം അലോസരമുണ്ടാക്കിയില്ലേ ?

രണ്ടാളിൽ അധികം ഉയരത്തിൽ കമ്പിവേലികൾ കൊണ്ട് സംരക്ഷണ കവചം ഒരുക്കിയ രണ്ടാം നിലയിലെ ഗാലറിയിൽ നിന്നുകൊണ്ട് പാരീസ് നഗരത്തിന്റെ 360 ഡിഗ്രി പനോരമിക് കാഴ്ചകൾ കണ്ട് സന്തുഷ്ടചിത്തരായ് ഞങ്ങൾ താഴെ ഇറങ്ങി. പണ്ടുകാലങ്ങളിൽ ഉത്സവപ്പറമ്പുകളിൽ കാണുന്നപോലെ മുച്ചീട്ടുകളിക്കാരും വെച്ച് വാണിഭക്കാരും ഒക്കെയാണ് ഈഫൽ ടവറിന്റെ ചുവട്ടിൽ നിന്നും പുറത്തേക്കിറങ്ങുമ്പോൾ കാണുന്ന വഴിയോരക്കാഴ്ച. തെരുവ് വാണിഭക്കാരിൽ ഏറെയും ആഫ്രിക്കൻ വംശജരാണെന്ന് കാണാം. പഞ്ച ഭൂഖണ്ഡങ്ങളിൽ നിന്നുമുള്ള മനുഷ്യരുണ്ട് അവിടെ. കാഴ്ചകൾ കാണാനും, ഉപജീവന മാർഗ്ഗം കണ്ടെത്താനും, കലാപ്രവർത്തനങ്ങൾക്കും

ഒക്കെയായി, ലോക കലകളുടെ,ഫാഷന്റെ, മ്യൂസിയങ്ങളുടെ, ഉല്ലാസകേന്ദ്രങ്ങളുടെ.... തലസ്ഥാനനഗരിയായ പാരീസിൽ ജനലക്ഷങ്ങൾ എത്തുന്നുണ്ട് എന്ന് ഈ നഗരത്തിലൂടെ ഏതാനും മിനിറ്റുകൾ നടക്കുമ്പോൾ തന്നെ ബോധ്യമാവും. കാൽനടക്കാർക്കുള്ള ഇടങ്ങൾ പോലും അപഹരിച്ചു കൊണ്ട് തെരുവ് വാണിഭക്കാർ. ഇത് യൂറോപ്പിൽ പ്രതീക്ഷിച്ച ഒരു കാഴ്ചയല്ല. ഹോണടിച്ചു പരക്കം പായുന്ന ഇരുചക്ര വാഹനങ്ങളും, മറ്റു ചെറു വാഹനങ്ങളും ഒക്കെ യൂറോപ്പിന്റെ തനത് സംസ്കൃതിക്ക് പോറലേൽപ്പിക്കുന്നതായി തോന്നി. പാരീസ് നഗരത്തിന് ക്രമേണ കൈമോശം വന്നുകൊണ്ടിരിക്കുന്ന വിശ്വമാനവികതയുടെ സൂചകങ്ങളാണോ ആവോ?

ഈഫൽ ടവറിന്റെ മുന്നിലുള്ള നാൽക്കവലയിൽ റോഡ് മുറിച്ചു കടന്നു. അവിടെ സീൻ നദിക്കു കുറുകെ നിർമ്മിച്ചിരിക്കുന്ന ഒരു ആർച്ച് പാലമുണ്ട്. നദിക്കക്കരെയുള്ള Trocadéro യിൽനിന്ന് ഈഫൽ ടവറിലേക്ക് നേരിട്ട് ബന്ധിപ്പിക്കുന്ന Pont d'Iéna പാലം. അതിന്റെ ചുവട്ടിലേക്ക് പടികളിറങ്ങിച്ചെല്ലുമ്പോൾ, സീൻ ക്രൂയിസിനു വേണ്ടി തയ്യാറെടുത്തു കിടക്കുന്ന വലിയ ബോട്ടുകൾ കാണാം. ടൂർ മാനേജർ സവിതയിൽ നിന്നും കൊടി വാങ്ങിപ്പിടിച്ച് ഞങ്ങളുടെ കൂട്ടത്തിലെ ഇളമുറക്കാരൻ നന്ദു, പടനായകനെപ്പോലെ മുന്നിൽ നടന്നു. ടൂർ കമ്പനിയുടെ പാരിസിലെ പ്രതിനിധി, ഉച്ച ഭക്ഷണവുമായി അവിടെ ഞങ്ങളെ കത്ത് നിൽക്കുന്നുണ്ടായിരുന്നു.

സീൻ നദിയിലൂടെ ഒരു ഉല്ലാസ യാത്ര

പാരീസിലുള്ള ഏജൻറ് ഞങ്ങൾക്ക് വേണ്ടി കരുതിവെച്ച ഉച്ചഭക്ഷണ പാർസൽ വാങ്ങി ഒഴിവിടങ്ങൾ കണ്ടെത്തി ഇരുന്നും നിന്നും ഒക്കെയായി കഴിച്ചുതുടങ്ങി. ടർക്കി കോഴിയുടെ ഗ്രിൽ ചെയ്ത മാംസം നിറച്ച ഷവർമ്മ പോലൊരു ഒരു പ്രാദേശിക വിഭവം. രുചികരമായ ഭക്ഷണം വയറുനിറയെ കഴിച്ചു. മാംസാഹാരം കഴിക്കാത്തവർക്കു വേണ്ടി വെജിറ്റേറിയൻ ഭകഷണവും കരുതിയിരുന്നു.

പാരീസിലെ ഏറ്റവും രസകരവും സഞ്ചാരികൾ കൊതിയോടെ കാത്തിരിക്കുന്നതുമായ സീൻ ക്രൂയിസ് എന്ന ഉല്ലാസ യാത്രയായിരുന്നു അടുത്ത പ്രോഗ്രാം. കറ്റമറിൻ പോലെ ഡബിൾ ഹള്ളുള്ള വലിയ ബോട്ടുകൾ തീരം ചേർന്ന് കിടക്കുന്നുണ്ട്. മൂന്നാം നമ്പർ പിയറിൽ നിന്നും പുറപ്പെടുന്ന Bateaux Parisiens എന്ന കമ്പനിയുടെ ബോട്ടിലായിരുന്നു ഞങ്ങളുടെ യാത്ര. 15 യൂറോയുടെ ടിക്കറ്റ് എടുത്തു വേണം ബോട്ടിൽ

കയറാൻ. നീണ്ട ക്യൂവിന്റെ പിന്നിൽ അച്ചടക്കത്തോടെ സ്ഥാനം പിടിച്ചു. ക്യൂവിൽ ഏതാണ്ട് ഇരുനൂറിലധികം ആൾക്കാരുണ്ടെന്ന് തോന്നുന്നു. വളരെ വലിയ ഒരു ക്രൂയിസ് ബോട്ട് വന്ന് മൂന്നാം നമ്പർ പിയറിൽ നിശ്ചലമായി. സീൻ നദിയിലൂടെയുള്ള ഉല്ലാസയാത്ര കഴിഞ്ഞവർ സന്തോഷപ്രകടനങ്ങളുമായി പുറത്തേക്ക് നടന്നപ്പോൾ അടുത്ത യാത്രക്ക് ടിക്കറ്റെടുത്ത ഞങ്ങൾ ആകാംഷയോടെ അകത്തേക്ക് കയറി. ചുരുണ്ട മുടിയുള്ള ഒരു വെളുത്ത സുന്ദരി ഹിന്ദിയുൾപ്പെടെ വിവിധ ഭാഷകളിൽ യാത്രികരെ സ്വാഗതം ചെയ്തുകൊണ്ട് കോഡ്ലെസ്സ് മൈക്കിലൂടെ അറിയിപ്പുകൾ നൽകുന്നുണ്ട്. താപനില ക്രമീകരിച്ച ക്യാബിൻ. സുതാര്യമായ ചില്ലു ജാലകം കൊണ്ട് അടച്ചുറപ്പാക്കിയ മെയിൻ ഡക്കിൽ ധാരാളം സീറ്റുകൾ ഒഴിവുണ്ട്. കാഴ്ചകൾ കാണാൻ അനുയോജ്യമെന്ന് കരുതിയ സീറ്റുകളിൽ പലരും ഇരുപ്പുറപ്പിച്ചു. പാരിസിലെ കാറ്റും തണുപ്പും അനുഭവിച്ചറിഞ്ഞു കൊണ്ട് കാഴ്ചകൾ ആസ്വദിക്കാനും അത് ചിത്രീകരിക്കാനുമായി ഞാൻ അപ്പർ ഡെക്കിലേക്ക് നടന്നു. മുകൾ തട്ടിലാണ് ആളുകൾ കൂടുതൽ. പുറത്തെ കാഴ്ചകളിലേക്ക് തിരിഞ്ഞ് ഇരിക്കാവുന്ന വിധം ഇരുവശങ്ങളിലും ക്രമീകരിച്ച ഇരിപ്പിടങ്ങൾ എല്ലാം ഫുൾ. മുൻ ഭാഗത്തുള്ള ഒഴിവിടത്തിലെ നിൽപ്പുകാരിൽ ഒരുവനായി ഞാനും അവിടെ സ്ഥാനം പിടിച്ചു.

യാത്ര ആരംഭിച്ചു. ഗൈഡിന്റെ വിവരണങ്ങൾ മുകൾ നിലയിലും നന്നായി കേൾക്കാം. Pont d'Iéna എന്ന പാലത്തിന്റെ ചുവട്ടിൽ നിന്നുമാണ് യാത്ര തുടങ്ങുന്നത്. ഇടത് വശത്ത് Trocadéro യും വലതു വശത്ത് ഈഫൽ ടവറും. ലോകോത്തര ടൂറിസ്റ് ആകർഷണ കേന്ദ്രമായ ഈഫൽ ടവറിന്റെ ചുവട്ടിൽ നിന്നും, സന്തോഷകരമായ അനുഭവവും അനുഭൂതിയും പ്രദാനം ചെയ്യുന്ന ഉല്ലാസ യാത്രക്കാണ് തുടക്കം കുറിച്ചിരിക്കുന്നത്.

ബോട്ട് സാവധാനം തീരം വിട്ടു. 1900 - ൽ കാൽനടക്കാർക്കുവേണ്ടി (മാത്രമായി) തുറന്നു കൊടുത്ത 125 മീ നീളവും 8 മീ വീതിയുമുള്ള Passerelle Debilly എന്ന സവിശേഷ ആർച് പാലത്തിനടിയിലൂടെ കടന്ന് എത്തിച്ചേരുക ഒരു യുദ്ധ സ്മാരകത്തിന്റെ ചുവട്ടിലേക്കാണ്. 1854 ലെ ക്രിമിയൻ യുദ്ധത്തിൽ ഓട്ടോമൻ ഫ്രഞ്ച് ബ്രിട്ടീഷ് സഖ്യ സൈന്യം റഷ്യൻ സേനയെ പരാജയപ്പെടുത്തിയ Battle of Alma യെ ഓർമ്മപ്പെടുത്തുന്ന Pond de I'Alma എന്ന് പേരിട്ടിരിക്കുന്ന പാലം. നെപ്പോളിയൻ മൂന്നാമൻ 1856 ൽ ഉത്ഘാടനം ചെയ്ത 153 മീ നീളവും 42 മീ വീതിയുമുള്ള പാലം. അത് കടന്നാൽ Bateaux Mouches ടൂർ കമ്പനിയുടെ വലിയ ബോട്ട് ജെട്ടി ഇടതുവശത്തു കാണാം. സീൻ നദിക്ക്

കുറുകെ നിർമ്മിച്ചിരിക്കുന്ന പാലങ്ങളിൽ ഏറ്റവും കൂടിയ അളവിലുള്ള അലങ്കാര ചിത്ര വേലകളുടെ തൊങ്ങൽ ചാർത്തിയ Pond Alexandre III യാണ് അടുത്ത പാലം. 1975 ൽ ഇതിനെ ഒരു ചരിത്ര സ്മാരകമായി പ്രഖ്യാപിച്ചിരുന്നു. (482 മൈൽ നീളമുള്ള സീൻ നദിയിൽ പാരീസ് നഗരത്തിൽ മാത്രം മുപ്പതോളം പാലങ്ങളുണ്ട്. അതിപുരാതനമായ ഇരുമ്പു പാലങ്ങൾ മുതൽ അത്യാധുനിക കോൺക്രീറ്റ് പാലങ്ങൾ വരെ. അവയൊന്നും വെറും പാലങ്ങളല്ല. ഫ്രഞ്ച് കലാകാരന്മാരുടെ കൈപ്പുണ്യം തിളങ്ങുന്ന മികച്ച കലാസൃഷ്ടികൾ തന്നെയാണ് ഓരോ പാലവും.)

ഇരുപതാം നൂറ്റാണ്ടിലെ പ്രശസ്തമായ കലാസൃസ്ടികളുടെ പ്രദർശന വേദിയായ ലൂവ്രേ മ്യൂസിയം (Louvre museum) സ്ഥാപിതമായിരിക്കുന്ന കൊട്ടാരത്തിന്റെ ദൃശ്യത്തിലേക്ക് കാണികളെ ക്ഷണിച്ചു കൊണ്ടുള്ള ഗൈഡിന്റെ വിവരണം തുടങ്ങി. ഏതോ പ്രാചീന കോട്ട പോലെ ലൂവ്രേ കൊട്ടാരത്തിന്റെ മിനാരങ്ങൾ തല ഉയർത്തി നിൽക്കുന്ന കാഴ്ച അതി മനോഹരം. ഇടതുവശത്താകട്ടെ പ്രാചീന കാലാവസ്തുക്കളുടെ കലവറയായ Musée d'Orsay എന്ന മ്യൂസിയം,സീൻ നദിയിലേക്കു തന്നെ മുഖം തിരിച്ച് തലയുയർത്തി നിൽക്കുന്നുണ്ട്. ഇത് പാരീസ് റെയിൽവേയുടെ ആദ്യ രൂപമായ Paris de Orleans ന്റെ ആസ്ഥാന മന്ദിരമായിരുന്നു. 1898 ൽ ആരംഭിച്ച് 1900 ൽ പണിപൂർത്തിയാക്കിയ ഒരു മനോഹര വാസ്തുശിൽപ്പം. 1914 വരെയുള്ള ഫ്രഞ്ച് കലാസൃഷ്ടികളുടെ പ്രദർശനമാണ് അവിടെ ഒരുക്കിയിരിക്കുന്നത്.

അൽപ്പം കൂടി മുന്നോട്ട് നീങ്ങിയപ്പോൾ അസാധാരണവും ഭീതിജനകവുമായ ഒരു കാഴ്ച കാണേണ്ടി വന്നു. നദിയോരം ചേർന്ന് ഇടതുവശത്തുള്ള റോഡിലൂടെ അപകട സൈറൺ മുഴക്കിക്കൊണ്ട് ആംബുലൻസുകളും പോലീസ് വാഹനങ്ങളും തുരു തുരാ പായുന്നു. (പാരീസ് പോലീസിന്റെ ആസ്ഥാന മന്ദിരത്തിൽ, അന്ന് രാവിലെ (03 -10 -2019) ഭീകരാക്രമണം എന്ന് സംശയിക്കാവുന്ന ഒരു സംഭവം നടന്നിരുന്നു. നാല് പോലീസുകാരുടെ ദാരുണ അന്ത്യത്തിന് ഇടയാക്കിയ ഒരു കത്തിയാക്രമണം. അതിന്റെ തുടർനടപടികളുടെ ഭാഗമായിരുന്നു ആ പരക്കം പാച്ചിൽ എന്ന് പിന്നീടാണ് അറിഞ്ഞത്)

നദിയുടെ നടുവിൽ തുരുത്തുകൾ സൃഷ്ടിച്ചുകൊണ്ട് സീൻ നദി ഇവിടുന്നങ്ങോട്ട് രണ്ടായി പിരിയുകയാണ്. പാരീസ് നഗര മധ്യത്തിൽ സീൻ നദിയിൽ അവശേഷിക്കുന്ന രണ്ടു സ്വാഭാവിക തുരുത്തുകൾ. ആദ്യത്തെ തുരുത്താണ് ഇലൈ ഡെ ലാ സിറ്റെ (Ile de la Cite). ലോക

• പുനർനിർമ്മാണം നടക്കുന്ന നോട്ടർഡാം കത്തീഡ്രൽ ദേവാലയം

പ്രശസ്തമായ നോട്ടർഡാം കത്തീഡ്രൽ ഈ തുരുത്തിലാണ് സ്ഥിതി ചെയ്യുന്നത്. പത്താം നൂറ്റാണ്ടിൽ നിർമ്മിതമായതും ഫ്രഞ്ച് ഗോത്തിക് ശൈലിയുടെ ഉത്തമ സാക്ഷ്യവുമായിരുന്ന ദേവാലയം. തുരുത്തിനെ വലംവെച്ച് മുന്നേറുമ്പോൾ കണ്ണിലുടക്കുന്ന നോട്ടർ ഡാം കത്തീഡ്രൽ പക്ഷെ ഒരു സങ്കടക്കാഴ്ചയാണ്. കാരണം സമീപ കാലത്ത് അജ്ഞാതമായ കാരണത്താൽ അത് കത്തിനശിച്ചിരുന്നു. പുനർ നിർമ്മാണ പ്രവർത്തനങ്ങൾ നടക്കുന്ന നോട്ടർഡാം കത്തീഡ്രൽ കണ്ടുകൊണ്ട് ദ്വീപിനെ ചുറ്റി മടക്ക യാത്ര ആരംഭിച്ചു. ഈഫൽ ടവറിന്റെ ചുവട്ടിൽ നിന്നും അൽപ്പം കൂടി മുന്നോട്ട് സഞ്ചരിച്ച് നദിയിൽ വട്ടം തിരിഞ്ഞ് മൂന്നാം നമ്പർ പിയറിൽ യാത്ര അവസാനിച്ചു.

സീൻ നദിയുടെ ഇരു കരകളിലും നിറഞ്ഞുനിൽക്കുന്ന അത്ഭുത കാഴ്ചകളും, പൗരാണിക വാസ്തു നിർമ്മിതികളും, കലാസൃഷ്ടികൾ പോലെയുള്ള പാലങ്ങളും, സമീപകാലത്ത് കത്തിയമർന്ന നോട്ടർഡാം കത്തീഡ്രലിന്റെ അവശേഷിപ്പുകളിൽ നടക്കുന്ന പുനർ നിർമ്മിതിയുമൊക്കെ, സമ്മിശ്ര വികാരങ്ങളോടെ നോക്കിക്കണ്ടുകൊണ്ടുള്ള റിവർ ക്രൂയിസ് മറക്കാനാവാത്ത ഒരു അനുഭവം തന്നെയാണ്.

ചരിത്രപ്രസിദ്ധമായ ലൂവ്രേ മ്യൂസിയം

സീൻ നദിയിലെ ഉല്ലാസയാത്ര കഴിഞ്ഞു. ക്രൂയിസ് ബോട്ടിൽ നിന്നും പുറത്തിറങ്ങി ബസ്സിൽ കയറി. നദിയോരത്തെ പ്രാചീന സൗധങ്ങളുടെ പശ്ചാത്തലത്തിൽ വെഡിങ് ഷൂട്ട് നടത്തുന്നവരേയും, സ്വയംമറന്ന് പ്രേമസല്ലാപങ്ങളിൽ മുഴുകിയിരിക്കുന്ന യുവ മിഥുനങ്ങളേയും ഒക്കെ പിന്നിട്ട്

നഗര ഹൃദയത്തിലേക്ക് യാത്ര ആരംഭിച്ചു. ചരിത്രപ്രസിദ്ധമായ ലൂവ്രേ മ്യൂസിയമാണ് (Louvre museum) അടുത്ത ലക്ഷ്യ സ്ഥാനം. ഏറെ ത്താമസിയാതെ ലൂവ്രേ കൊട്ടാരത്തിന്റെ അതിവിശാലമായ ഭൂഗർഭ പാർക്കിങ് ഏരിയയിൽ ബസ്സ് നിന്നു. ഒരു മൂന്നുനില കെട്ടിടത്തിന്റെ അത്ര ആഴത്തിലാണ് പാർക്കിംഗ് ഏരിയ എന്ന് മനസ്സിലായത്, പാർക്കിങ് സ്ഥലത്തുനിന്നും നടകൾ കയറി രണ്ട് ലവൽ പിന്നിട്ടാൽ മാത്രമേ ഉപരിതലത്തിൽ എത്തിചേരുകയുള്ളു എന്ന് തിരിച്ചറിഞ്ഞപ്പോഴാണ്. പാർക്കിങ് ഏരിയയിൽ നിന്നും മ്യൂസിയത്തിലേക്കുള്ള ഭൂഗർഭ വഴികളെല്ലാം സുവനീർ ഷോപ്പുകളും വ്യാപാര കേന്ദ്രങ്ങളുമാണ്.

ലോകത്തിലെ ഏറ്റവും വലിയ ആർട്ട് ഗാലറിയിലേക്കാണ് എത്തിച്ചേർന്നിരിക്കുന്നത്. ലോക പ്രശസ്തമായ ലിയോണാർഡോ ഡാവിഞ്ചിയുടെ 'മൊണാലിസ' ഉൾപ്പെടെ അനേകായിരം പെയിന്റിങ്ങുകളും മറ്റനേകം കലാസൃസ്ടികളും പ്രദര്ശിപ്പിച്ചിട്ടുള്ളതും, ലോകത്തേറ്റവും അധികം സഞ്ചാരികൾ എത്തിച്ചേരുന്നതുമായ, മ്യൂസിയങ്ങളുടെ രാജാവാണ് ലൂവ്രേ മ്യൂസിയം. അതിപുരാതനമായ ഒരു കോട്ടയെ, രാജകൊട്ടാരത്തിന്റെ പ്രൗഢിയിലേക്ക് ഉയർത്താൻ വേണ്ടി, കാലാകാലങ്ങളിലായി നടത്തിയ വിപുലീകരണ ശ്രമങ്ങളുടെ ഫലമാണ് ഇന്ന് കാണുന്ന ലൂവ്രേ കൊട്ടാരവും നടുമുറ്റവും ഒക്കെ.

സീൻ നദിക്കരയിൽ പാരീസ് പട്ടണത്തിലെ അതിപ്രധാനമായ ഒരു ലാൻഡ്മാർക്കാണു ഇത് . ചരിത്രാതീതകാലം മുതലുള്ള മുപ്പത്തെട്ടായിയിരത്തിൽപരം സവിശേഷ കലാസൃഷ്ട്ടികളുടെ പ്രദർശന വേദി. ഏക്കർ കണക്കിന് സ്ഥലം മുഴുവനും വളർന്നു പടർന്ന് കിടക്കുന്ന കൊട്ടാരക്കെട്ടുകളും, അതിവിശാലമായ നടുമുറ്റവും ഒക്കെയായി ലോക സഞ്ചാരികളെ അതിശയിപ്പിച്ചുകൊണ്ട് പാരീസ് നഗരത്തിന്റെ തിലകക്കുറിയായി അതങ്ങനെ നിലകൊള്ളുന്നു.

ഈ കൊട്ടാരത്തിന്റെ ചരിത്രം ആരംഭിക്കുന്നത് പന്ത്രണ്ടാം നൂറ്റാണ്ടിലാണ്. അതായത് അന്നുമുതൽ ഇങ്ങോട്ട് രാജകീയ അധികാരങ്ങളുടെ കേന്ദ്രസ്ഥാനം എന്ന നിലയിൽ എത്രയെത്ര ചരിത്ര സംഭവങ്ങൾക്ക് ഇവിടം വേദിയും സാക്ഷിയുമായിട്ടുണ്ടാകും. രാജകിങ്കരന്മാരുടേയും രാജാക്കന്മാരുടെ തന്നെയും എത്രയോ തലകൾ ഉരുണ്ട മണ്ണാണിത്. അവരുടെ കബന്ധങ്ങളിൽ നിന്നൊഴുകിയ ചോരച്ചാലുകൾ സീൻ നദിയെ ചുവപ്പിച്ചിട്ടുണ്ടാകും. ഇതിന്റെ അന്തപ്പുരങ്ങളിൽ എത്രയെത്ര പ്രണയങ്ങൾ പുഷ്പിച്ചിട്ടുണ്ടാകും. ഭൂഗർഭ അറകളിൽ തടവിലാക്കപ്പെട്ടവരുടെ രോദനങ്ങൾക്ക് കൽഭിത്തികളെ ഭേദിക്കാനായിട്ടുണ്ടാവില്ല.

• ലൂവ്രേ മ്യൂസിയം

എന്നാൽ ഗില്ലറ്റിൻ ചെയ്ത രാജവംശജരുടെ ഉറ്റവരും ഉടയവരും അലറിക്കരഞ്ഞപ്പോൾ അത് പാരിസ് നഗരത്തെ വിറകൊള്ളിച്ചിട്ടുണ്ടാകും. രാജകീയ ഏകാധിപത്യ ഭരണം അവസാനിപ്പിക്കുന്നതിന് വേണ്ടി രക്തരൂക്ഷിതമായ ഫ്രഞ്ച് വിപ്ലവം നടക്കുമ്പോൾ ഈ കൊട്ടാരവളപ്പിൽ എത്രമാത്രം പോരാട്ടങ്ങൾ നടന്നിട്ടുണ്ടാവും. ഏകാധിപതികളെ ഉന്മൂലനം ചെയ്ത് അധികാരം പിടിച്ചെടുത്ത നെപ്പോളിയൻ ബോണപ്പാർട്ടിന്റെ ഭരണവാഴ്ചയുടെ അരങ്ങേത്തിനും ഇതേ മുറ്റം തന്നെ സാക്ഷിയായിട്ടുണ്ട്. ഈ തിരുമുറ്റത്തും കോട്ടകൊത്തളങ്ങളിലുമുള്ള ഓരോ തരി മണ്ണിനും നമ്മോട് മന്ത്രിക്കാൻ ഒരായിരം ഓർമ്മകളുണ്ടാവും. പറയാൻ ഏറെ കഥകളുണ്ടാവും. ഏറ്റവും ഒടുവിൽ ഇരുപതാം നൂറ്റാണ്ടിന്റെ ഇതിഹാസം പോലെ ഈ തിരുമുറ്റത്ത് ജന്മമെടുത്ത, പിരമിഡ് ആകൃതിയിൽ തല ഉയർത്തി നിൽക്കുന്ന, ചില്ലു കൊട്ടാരവും അതിന് മിഴിവേകുന്ന ജലധാരയും. പശ്ചാത്തലത്തിൽ സീൻ നദിക്കക്കരെ തല ഉയർത്തി നിൽക്കുന്ന ഈഫൽ ടവറും കൂടിയാകുമ്പോൾ കാണികളിൽ കാഴ്ചയുടെ ഉന്മാദ താളം മുറുകും.

കൊട്ടാര നിർമ്മിതികളുടെ സൗന്ദര്യവും, ആധുനിക വസ്തു നിർമ്മിതികളുടെ ശിൽപ്പ ഭംഗിയും ഒന്നും ഏറെനേരം കണ്ടുനിൽക്കാൻ സമയമുണ്ടായിരുന്നില്ല. പരിമിതമായ സമയത്തിനുള്ളിൽ യൂറോപ്പിലെ ഏതാനും രാജ്യങ്ങളിലൂടെ ഒരു ഓട്ട പ്രദക്ഷിണം എന്ന ദൗത്യവുമായിട്ടാണല്ലോ ഞങ്ങൾ എത്തിച്ചേർന്നിട്ടുള്ളത്. അങ്ങ് കേരളക്കരയിൽ ജനിച്ചുവളർന്നവരായ ഞങ്ങൾക്ക്, പാഠപുസ്തകത്തിലും, പത്രമാസികകളിലും, ടെലിവിഷനിലും മാത്രം കണ്ടും കേട്ടും പരിചിതമായ യൂറോപ്പിലെ,

ചരിത്രപ്രസിദ്ധമായ സ്ഥലങ്ങളിലൂടെ ഒരു തീർത്ഥാടനം. അത്ര മാത്രം. ഒന്നോ രണ്ടോ ദിവസം ചെലവഴിച്ചാൽ പോലും തൃപ്തികരമായി കണ്ടു തീർക്കാനാവാത്ത കൊട്ടാരവും മ്യൂസിയവും വിട്ട്, പാരീസിൽ കണ്ടു തീർക്കാൻ ബാക്കിയുള്ള കാഴ്ചകളിലേക്ക് ഇറങ്ങുമ്പോൾ, ലോകോത്തരമായ ലൂവ്രേ മ്യൂസിയത്തിലെ കാഴ്ചകൾ സമയമെടുത്ത് കണ്ടു തീർക്കാൻ കഴിയും വിധം എന്നെങ്കിലും ഒരിക്കൽക്കൂടി ഇവിടെ എത്തിച്ചേരണമെന്ന മോഹം ബാക്കിയായിരുന്നു.

Arc de Triomphe എന്ന സ്മാരക ശിൽപ്പം

ലൂവ്രേ മ്യൂസിയത്തിൽ നിന്നും കോൺകോഡ് ചത്വരം വലംവെച്ച് ഷോസ് എലീസേ (Champs-Élysées) എന്ന രാജ വീഥിയിലൂടെ, ഇരുവശവും തല ഉയർത്തി നിൽക്കുന്ന പൗരാണിക മന്ദിരങ്ങളിലെ ലോകോത്തര ബ്രാൻഡഡ് ഉൽപ്പന്നങ്ങളുടെ വിപണകേന്ദ്രങ്ങളും വിനോദ കേന്ദ്രങ്ങളും ഒക്കെ പിന്നിലാക്കി എത്തിച്ചേരുന്നത്, പന്ത്രണ്ട് വിശാലമായ രാജപാതകൾ സംഗമിക്കുന്ന Place Charles de Gaulle എന്ന ചരിത്ര പ്രസിദ്ധമായ റൗണ്ട് എബൗട്ടിലേക്കാണ്. നെപ്പോളിയൻ ഒന്നാമൻ ചക്രവർത്തിയുടെ Austerlitz യുദ്ധ വിജയത്തിന്റെ സ്മാരകമായി 1806 ൽ തറക്കല്ലിട്ട് പണിതുടങ്ങി 1836 ൽ പൂർത്തിയാക്കിയ Arc de Triomphe എന്ന സ്മാരക ശിൽപ്പമാണ് ആ സംഗമ ഭൂമിയുടെ കേന്ദ്രത്തിൽ തല ഉയർത്തി നിൽക്കുന്നത് . ലോകത്ത് ഏറ്റവും കൂടുതൽ കാണികളെ ആകർഷിക്കുന്ന കമാന സ്മാരകം എന്ന ഖ്യാതി ഇനിയും നഷ്ടമാകാത്ത ആ അത്ഭുത നിർമ്മിതിക്ക് ഒന്ന് വട്ടം കറങ്ങി അതിന്റെ നേരെ മുന്നിലെത്തി ഞങ്ങൾ ബസ്സിറങ്ങി.

അവിടെ സാഹസപ്പെട്ട് റോഡ് മുറിച്ചു കടക്കേണ്ടതില്ല. ഭൂഗർഭ നടവഴിയിലൂടെ ഫ്രഞ്ച് പോലീസിന്റെ സുരക്ഷാ മേൽനോട്ടമുള്ള ടണലിലൂടെ നടന്ന് പടവുകൾ കയറി എത്തുമ്പോഴാണ് Arc de Triomphe ന്റെ വലുപ്പവും സൗന്ദര്യവും തിരിച്ചറിയുക. അതിവിശിഷ്ടമായ ശില്പങ്ങളും കൊത്തു വേലകളും കൊണ്ട് മനോഹരമാക്കിയ വളരെ വളരെ വലിയ ഒരു കലാസൃഷ്ടി തന്നെയാണ് അത്. ചതുരാകൃതിയിലുള്ള നിർമ്മിതിക്ക് നാല് വശങ്ങളിലും ഓരോ കമാനങ്ങൾ ഉണ്ട്.

Arc de Triomphe ന്റെ പ്രധാന കമാനത്തിനടിയിലായി, ഒന്നാം ലോകമഹായുദ്ധത്തിൽ വീരചരമമടഞ്ഞ അജ്ഞാതനായ ഏതോ ഒരു പടയാളിയുടെ ശവകുടീരമുണ്ട്. അതിനടുത്തായി ഒരു കെടാവിളക്കും എരിഞ്ഞു കത്തുന്നുണ്ട്. “Here lies a French soldier who died for

• Arc de Triomphe

the fatherland 1914–1918" എന്ന് ആലേഖനം ചെയ്തിരിക്കുന്ന, ആ അജ്ഞാത യോദ്ധാവിന്റെ ശവ കുടീരത്തിനരികെ, 1920 മുതലിങ്ങോട്ട്, സവിശേഷ സംരക്ഷണത്തോടെ, അമർജ്യോതി പോലെ അത് ജ്വലിച്ചുകൊണ്ടിരിക്കുന്നു. നെപ്പോളിയൻ ഒന്നാമന്റെ വീരപരാക്രമങ്ങളുടെ ഐതിഹാസിക ചിത്രങ്ങളും ശില്പങ്ങളും കൊണ്ട് അലങ്കരിച്ച ഈ ചരിത്ര സ്മാരകത്തിനുള്ളിലൂടെയാണ് അദ്ദേഹത്തിന്റെ ഭൗതിക ശരീരം അന്ത്യ വിശ്രമ കേന്ദ്രത്തിലേക്ക് കൊണ്ടുപോയത്. വിശ്വപ്രസിദ്ധ സാഹിത്യകാരൻ വിക്ടർ ഹ്യൂഗോയുടെ ഭൗതികശരീരം അന്ത്യദർശനത്തിന് വെച്ചതും ഇവിടെയാണ്. ഫ്രഞ്ച് വിപ്ലവത്തിലും നെപ്പോളിയന്റെ നേതൃത്വത്തിൽ നടന്ന യുദ്ധങ്ങളിലും ഫ്രാൻസിനുവേണ്ടി വീര ചരമമടഞ്ഞവരുടെ പേരുകളെല്ലാം തന്നെ അതിന്റെ ചുമരുകളിൽ ആലേഖനം ചെയ്തിരിക്കുന്നു.

പാരീസിലെ കാഴ്ച്ചാനുഭവങ്ങളെ സമ്പന്നമാക്കുന്ന Arc de Triomphe ൽ നിന്നും നേരെ പോയത് Trocadero യിലേക്കാണ്. ഈഫൽ ടവറിനെ അതിന്റെ പൂർണ്ണ രൂപത്തിൽ ഒറ്റ ഫ്രെയിമിൽ ചിത്രീകരിക്കണമെങ്കിൽ Trocadero യിലെ വിശാലമായ ചത്വരത്തിൽ എത്തണം. തെരുവ് കലാകാരന്മാരുടെ പ്രകടനങ്ങളും വഴിയോര കച്ചവടക്കാരുടെ താവളവുമായ ചത്വരത്തിൽ നിറയെ സഞ്ചാരികളാണ്. നേരെ മുന്നിൽ പാരീസിന്റെ അതിശയക്കാഴ്ച. ഈഫൽ ടവറിന്റെ പശ്ചാത്തലത്തിൽ ഓർമ്മച്ചിത്രങ്ങൾ പകർത്തി ഒന്നാം ദിവസത്തെ കാഴ്ചകൾക്ക് വിരാമമിട്ടു.

ബ്രസ്സൽസ് നഗരത്തിൽ

മൂന്നാം ദിനം രാവിലെ 8 .30 ന് പാരിസിലെ മില്ലേനിയം ഹോട്ടലിൽ നിന്നും ചെക്ക് ഔട്ട് ചെയ്തു. 9 മണിക്ക് തന്നെ യാത്ര ആരംഭിച്ചു. യൂറോപ്പിൽ വാടകക്കെടുക്കുന്ന വാഹനങ്ങൾ ഒരു ദിവസം 10 മണിക്കൂറിൽ കൂടുതൽ സമയം ഓടുകയില്ല. ജീവനക്കാർക്കും യാത്രികർക്കും ആവശ്യത്തിന് വിശ്രമം കിട്ടണം എന്നതാണ് ആ നിയന്ത്രണത്തിന്റെ അടിസ്ഥാനം. രാവിലെ 9 മണിക്ക് യാത്ര പുറപ്പെട്ടാൽ രാത്രി 9 മണിക്ക് മുൻപ് യാത്ര അവസാനിക്കണം. അതിനിടയിൽ രണ്ടു മണിക്കൂർ വിശ്രമവും അനുവദിക്കണം. തുടർച്ചയായി രണ്ടു മണിക്കൂറിലധികം യാത്രയുണ്ടാകാറില്ല. അതിൻ പ്രകാരമാണ് ടൂർ പ്രോഗ്രാം ക്രമീകരിച്ചിട്ടുള്ളത്. അതുകൊണ്ട് വലിയ ഗുണങ്ങളുണ്ട്. സുദീർഘമായ യാത്രയുടെ ക്ഷീണം കൊണ്ട് ആരും തളർന്നു പോകില്ല. ആവശ്യത്തിന് വിശ്രമ സമയം (ഉറക്കം) കിട്ടുന്നതിനാൽ പകൽ നേരങ്ങളിൽ ഒട്ടും ഉന്മേഷക്കുറവ് അനുഭവപ്പെടുകയുമില്ല. മാത്രവുമല്ല താമസിക്കുന്ന സ്റ്റാർ ഹോട്ടലുകളിലെ കോണ്ടിനെന്റൽ ബ്രേക്ക് ഫാസ്റ്റ് ഒക്കെ സമയമെടുത്ത് ആസ്വദിച്ച് കഴിച്ച് മുതലാക്കാം.

ഫ്രാൻസിൽ നിന്നും ബ്രസ്സൽസിലേക്ക് നാലു മണിക്കൂറോളം യാത്രയുണ്ട്. ആ സമയലഭ്യത കൊണ്ട് ഒരു ഗുണമുണ്ടായി. ടൂർ മാനേജരുടെ ക്ഷണം സ്വീകരിച്ച് ടീമിലുള്ള അംഗങ്ങൾ ഓരോരുത്തരായി മുന്നോട്ടു വന്ന് സ്വയം പരിചയപ്പെടുത്തി തുടങ്ങി. അപ്പോഴാണ് യാത്രാസംഘത്തിലുള്ളവർ ഓരോരുത്തരും ആരൊക്കെയാണ് എന്തൊക്കെയാണ് എന്ന് അറിഞ്ഞത്. പാട്ടു പാടാൻ കഴിവുള്ളവരും കഥ പറയാൻ അറിയുന്നവരും, ഒത്തിരി ജീവിതാനുഭവങ്ങളും യാത്രാനുഭവങ്ങളും ഒക്കെയുള്ളവർ ഉണ്ട്. അങ്ങനെ ദീർഘമായ യാത്രയുടെ വിരസത മാറ്റാനുള്ള

വഴിയൊരുങ്ങിക്കിട്ടി. ജനാർദ്ദനൻ മാഷുടെ 'പുലയനാർ മണിയമ്മയും...' പ്രേമയുടെ 'ചന്ദ്ര കളഭം ചാർത്തിയുണരും തീരവും..' ബാലചന്ദ്രന്റെ ഹിന്ദി ഗാനങ്ങളും ഒക്കെ ഞങ്ങളുടെ സൗഹൃദത്തിന്റെ ഇഴയടുപ്പം കൂട്ടി. പല നാടുകളിൽ നിന്നുള്ളവർ അങ്ങനെ ഒരു കുടുംബമായി മാറി. പിന്നെ സമയം കിട്ടുമ്പോഴെല്ലാം ഓരോരുത്തരായി അവരവരുടെ അറിവും കഴിവും അനുഭവവും ഒക്കെ പങ്കിട്ട് യാത്രാവേളകൾ ആനന്ദകരമാക്കി. മമ്മുക്കയുടെ ടിപ്പുകളും കരുണാകരൻ മാഷുടെ വയനാടൻ ചരിത്രവും ഒക്കെ ഗായകരുടെ സംഗീതാലാപനങ്ങൾക്കിടയിൽ പുട്ടിനു തേങ്ങാ പോലെ വിതറി വിന്യസിച്ചുകൊണ്ടിരുന്നു.

ഭൂവിസ്തൃതിയിൽ നമ്മുടെ കേരളത്തേക്കാൾ ചെറുതായ ബെൽജിയം എന്ന രാജ്യത്തേക്കാണ് മൂന്നാം ദിവസം രാവിലെ യാത്ര ആരംഭിച്ചിരിക്കുന്നത്. (30689 ച.കി.മി) ജനസംഖ്യയാകട്ടെ കേരളത്തിന്റെ ഏതാണ്ട് മൂന്നിലൊന്ന് മാത്രവും. (ഒരു കോടി 15 ലക്ഷം) നെതർലാൻഡ്, ജർമ്മനി, ഫ്രാൻസ്, ലക്സംബർഗ്,എന്നീ രാജ്യങ്ങളും നോർത്ത് സീയും അതിരിടുന്ന ഒരു ചെറിയ രാജ്യം. പല യൂറോപ്യൻ രാജ്യങ്ങളിലും ഉള്ളതുപോലെ ശക്തമായ പാർലമെന്ററി ഭരണ സംവിധാനം ഉണ്ടെങ്കിലും ഒരു ഫെഡറൽ രാജാധികാരം നിലനിൽക്കുന്ന രാജ്യമാണ് ബെൽജിയം. ഡച്ചും ജർമ്മനും സംസാരിക്കുന്ന ജനവിഭാഗങ്ങൾ നിറഞ്ഞ രാജ്യം. യൂറോപ്യൻ യൂണിയന്റെ സ്ഥാപക രാഷ്ട്രങ്ങളിൽ പ്രമുഖ സ്ഥാനമുള്ള ബെൽജിയത്തിലെ ബ്രസൽസ് എന്ന ജനസാന്ദ്രതയേറിയ തലസ്ഥാനനഗരിയിലേക്കാണ് യാത്ര. സുരക്ഷിതവും സമാധാനപൂർണമായ ലോകരാഷ്ട്രങ്ങളിൽ മുന്തിയ സ്ഥാനമാണ് ബെൽജിയത്തിനുള്ളത്. ഒന്നും രണ്ടും ലോകമഹായുദ്ധങ്ങളുടെ തീക്ഷ്ണതയും തീവ്രതയും മുഴുവനായും അനുഭവിച്ചറിഞ്ഞ ഒരു രാജ്യം. രണ്ടാം ലോകമഹായുദ്ധകാലത്ത് 'ഹോളോകോസ്റ്' (The Holocaust) എന്ന പേരിൽ കുപ്രസിദ്ധമായ കൊലപാതക പരമ്പരകളിൽ അരലക്ഷത്തോളം ബെൽജിയംകാരാണ് മരണപ്പെട്ടത്. അതിൽ തന്നെ പകുതിയിലേറെയും ജൂതന്മാരായിരുന്നു എന്ന് ചരിത്രം.

ഹരിത സമൃദ്ധിയുടെ വാഴയോരക്കാഴ്ചകൾ രസകരമാണെങ്കിലും ആവർത്തന വിരസതയുണ്ടാകുന്നുണ്ട്. വയലേലകളും കൃഷിയിടങ്ങളും അതിന് അതിരിടുന്ന ചെറു മരക്കൂട്ടങ്ങളും മാറി മാറി കാഴ്ചയിലേക്കു കടന്നു വരുന്നു. ചെറുകൂട്ടങ്ങളായി വീടുകളുള്ള ഗ്രാമക്കാഴ്ചകൾ. വൃക്ഷനിബിഡമായ വനപ്രദേശങ്ങളിലൂടെയും കടന്നു പോകേണ്ടതുണ്ട്. വനപ്രദേശത്തെ റോഡ് നിർമ്മാണത്തിന്റെ ഒരു സവിശേഷത ശ്രദ്ധയിൽ പെട്ടു. റോഡരുകിൽ നിന്നും ഏതാണ്ട് റോഡിനോളം വീതിയിൽ

• ജർമ്മനിയിൽ നിന്നും ബൽജിയത്തിലേക്കുള്ള വനപാത

മരങ്ങൾ വളരാൻ അനുവദിച്ചിട്ടില്ല. കുറ്റിക്കാട്ടുകൾ പോലും വെട്ടി മാറ്റിയിരിക്കുന്നു. കൊടുങ്കാറ്റിൽ മരങ്ങൾ വീണ് റോഡ് ബ്ലോക്കാവില്ല. അപകടങ്ങളും ഉണ്ടാവില്ല. വന്യ മൃഗങ്ങൾ റോഡിലേക്ക് വരാതിരിക്കാൻ ചിലയിടങ്ങളിൽ കമ്പി വേലിയും നിർമ്മിച്ചിട്ടുണ്ട്. ഇടക്കൊരു ഓട്ടോ ഗ്രിൽ (Autogrill) സെന്ററിൽ ചെറിയ ഇടവേള. കാപ്പിയേക്കാൾ വിലക്കുറവിൽ ബിയർ കിട്ടുന്ന കടകൾ. ചായയേക്കാൾ അത്യാവശ്യം വേണ്ട റസ്റ്റ് റൂം അന്വേഷിച്ച് കണ്ടെത്തി. ഒരു യൂറോയുടെ ടിക്കറ്റെടുത്ത് (ഏതാണ്ട് 85 രൂപ) പ്രാഥമിക ആവശ്യങ്ങൾ നിറവേറ്റിയപ്പോൾ, യൂറോപ്പിലെ ജീവിതച്ചെലവിന്റെ കാഠിന്യം തിരിച്ചറിഞ്ഞു.

ഗ്രാൻഡ് പ്ലെയ്സ് (Grand Place)

ബെൽജിയത്തിന്റെ തലസ്ഥാനമായ ബ്രസ്സൽസിൽ ഞങ്ങൾ എത്തുമ്പോൾ സമയം ഉച്ച കഴിഞ്ഞ് ഒന്ന് മുപ്പത്. പൗരാണികതയുടെ അപാരതയാണ് കണ്മുന്നിൽ. പാർക്കിങ് സ്ഥലത്തുനിന്നും ഒന്ന് രണ്ട് നാൽക്കവലകൾ കടന്ന് ഗ്രാൻഡ് പ്ലെയ്സ് റോഡിലെത്തി. നല്ല വിശപ്പ്. 'ശരീരമാദ്യം ഖലു ധർമ്മ സാധനം' എന്നാണല്ലോ പ്രമാണം. അതുകൊണ്ട് ബ്രസ്സൽസിലെ ആദ്യത്തെ ഇവന്റ് ഉച്ച ഭക്ഷണം തന്നെയാക്കാം എന്ന് തീരുമാനിച്ചു. ടൂർ കമ്പനിയുടെ പ്ലാനിംഗ് ഒക്കെ സൂപ്പർ. ഒരു ഇൻഡ്യൻ റെസ്റ്റാന്റിലാണ് കയറിയത്. എങ്കിലും കഴിച്ചത് ബർഗർ അടക്കമുള്ള പ്രാദേശിക വിഭവങ്ങളാണ്. പണച്ചെലവില്ലാതെ പ്രാഥമിക ആവശ്യങ്ങൾ നിറവേറ്റാനും പറ്റി.

വയറു നിറഞ്ഞപ്പോൾ കാഴ്ചകളിലേക്ക് കണ്ണ് തുറന്നു. നടന്നെത്തിയത് ഗ്രാൻഡ് പ്ലെയ്സ് (Grand Place)എന്ന പ്രസിദ്ധമായ നഗര ചത്വരത്തിലാണ്. സഹസ്രാബ്ദങ്ങൾക്ക് മുൻപേ നിലനിന്നിരുന്ന ഒരു വ്യാപാരകേന്ദ്രം, കാലക്രമേണയുള്ള വിപുലീകരണത്തിലൂടെ, രാജകീയ പ്രൗഢിയോടെ വളർന്നു വന്നതാണ്. നാലുപുറവും നൂറ്റാണ്ടുകൾ പഴക്കമുള്ള കൊട്ടാരക്കെട്ടുകൾ. മകുടങ്ങളിലും മിനാരങ്ങളിലും ഒക്കെ സുവർണ്ണത്തിളക്കം. ഒരു വശത്ത് തലയെടുപ്പോടെ നിൽക്കുന്ന

● ബ്രസ്സൽസ് - ഗ്രാൻഡ് പ്ലേസ്

മുൻസിപ്പൽ ഭരണകേന്ദ്രമായ ടൗൺ ഹാൾ. 1454 ൽ പണി പൂർത്തിയാക്കിയ 96 മീറ്റർ ഉയരത്തിൽ തല ഉയർത്തി നിൽക്കുന്ന Brabantine Gothic ശൈലിയിലുള്ള ടവറാണ് ആ പൗരാണിക മന്ദിരത്തിന്റെ പ്രധാന ആകർഷണം. നേരെ എതിർവശത്തായി Gothic Revival ശൈലിയിൽ പുനർ നിർമ്മാണം നടത്തി ലോക പൈതൃക പട്ടികയിൽ ഇടം നേടിയ ബ്രസ്സൽസ് സിറ്റി മ്യൂസിയം. ചത്വരത്തിന് അതിരിട്ടുകൊണ്ടു മറ്റനേകം ഗോഥിക് നിർമ്മിതികളും കാണാം. രാജാവ് താമസിച്ചിട്ടില്ലാത്ത രാജഭവനം ഉൾപ്പെടെ എത്രയോ പ്രൗഢ മന്ദിരങ്ങൾ. 1695 ലെ ഫ്രഞ്ച് സേനയുടെ ആക്രമണത്തിൽ തകർന്നു തരിപ്പണമായ ഗ്രാൻഡ് പ്ലെയ്സിലെ പൗരാണിക നിർമ്മിതികൾ എല്ലാം അതേപോലെതന്നെ പുനർനിർമ്മിച്ചു നിലനിർത്തിയിരിക്കുന്നു എന്ന് അറിയുമ്പോഴാണ് യൂറോപ്യന്മാരുടെ ചരിത്രബോധം നമ്മെ അതിശയിപ്പിക്കുന്നത്. അതാണ് ഈ നഗര ചത്വരത്തിലെ കാഴ്ചകളിൽ നിന്നും ഞാൻ വായിച്ചെടുത്തതും.

ഗ്രാൻഡ് പ്ലെയ്സിൽ നിന്നും അഞ്ചു മിനിറ്റു നേരം നടന്നാൽ ബ്രസ്സൽസിന്റെ ഐക്കൺ എന്ന് വിശേഷിപ്പിക്കാവുന്ന ഒരു കൊച്ചു പ്രതിമ കാണാം. മൂത്രമൊഴിക്കുന്ന ആൺകുട്ടി (Little Pissing Man) എന്നർത്ഥമുള്ള Manneken Pis എന്ന കുഞ്ഞൻ ശിൽപ്പം. 1919 ൽ Jérôme Duquesnoy the Elder എന്ന ശിൽപ്പി നിർമ്മിച്ചതാണ് ആ വെങ്കല ശിൽപ്പം. അത് ഒരു ജലധാരയാണ്. ആൺകുട്ടി മൂത്രമൊഴിക്കും പോലെ താഴെയുള്ള വിശാലമായ കൽത്തളികയിലേക്കു സദാനേരവും ജലം ഒഴുകിക്കൊണ്ടിരിക്കുന്നു. രണ്ടടിയോളം മാത്രം (61 cm) ഉയരമുള്ള

● മൂത്രമൊഴിക്കുന്ന ആൺകുട്ടി (Little Pissing Man)

ഒരു കുഞ്ഞൻ ശിൽപ്പത്തിന് ബെൽജിയത്തെ തന്നെ അടയാളപ്പെടു ത്താൻ കഴിയുന്നു എന്നത് അത്ഭുതകരമാണ്. അനേകായിരങ്ങളാണ് ദിവസേന അവനെ കാണാനായി എത്തിച്ചേരുന്നത്.

Manneken Pis ന്റെ ഒറിജിനൽ വെങ്കല ശിൽപ്പം 1965 മുതൽ ബ്ര സ്സൽസ് സിറ്റി മ്യൂസിയത്തിലേക്ക് മാറ്റിയിരിക്കുന്നു. അതിനു പകരമായി അതിന്റെ ആകൃതിയും അതേ വലുപ്പവുമുള്ള ഒരു മാതൃകാ ശിൽപ്പം മാത്രമാണ് ഇപ്പോൾ കാണുന്നത്. ഒരു നാല്ക്കവലിയിലെ ഒഴിവിടത്തിൽ ഒരു ബഹുനിലക്കെട്ടിടത്തോട് ചേർന്ന് അനേകായിരങ്ങളെ ആകർഷി ച്ചുകൊണ്ട് അവൻ നിന്ന് മൂത്രമൊഴിക്കുന്നു. നാണമില്ലാതെ.

ഒരു ചെറുക്കൂട്ടം കുട്ടികൾ കാഴ്ചക്കാരായി എത്തിയതോടെ ആ നടവഴി കളിൽ ഉത്സവ മേളം. അദ്ധ്യാപകരുടെ കൂടെ ആടിയും പാടിയും അവർ ആർമാദിക്കുമ്പോൾ വിനോദ യാത്രയുടെ ഉന്മാദം കാണികളിലേക്കും പകരുന്നുണ്ട്.

സന്ദർശകരുടെ തിരക്കുള്ളതുകൊണ്ടു തന്നെ അവിടമാകെ വലിയൊരു വ്യാപാരകേന്ദ്രമായി വളർന്നിരിക്കുന്നു. Manneken Pis ന്റെ ചെറുതും വലുതുമായ പ്രതിമകൾ പ്രദർശിപ്പിച്ച് കൊണ്ട്, ആകർ ഷകമായ ഓഫറുകൾ പ്രദർശിപ്പിച്ച്, സഞ്ചാരികളെ ആകർഷിക്കുന്ന കച്ചവടക്കാരെ അവഗണിക്കാൻ ഏത് സന്ദർശകർക്കാണ് കഴിയുക. ഷോപ്പിംഗ് കഴിഞ്ഞ് St Michael and St Gudula Cathedral പരിസ രത്തേക്ക് നടന്നെത്തി. അവിടെ പാർക്ക് ചെയ്തിരുന്ന ബസ്സിൽ കയറി ആറ്റോമിയം ലക്ഷ്യമാക്കി യാത്ര തുടർന്നു.

ആണവ യുഗാഘോഷത്തിന്റെ സ്മാരകം - ആറ്റോമിയം

അര മണിക്കൂറിനുള്ളിൽ ബ്രസ്സൽസ്സിലെ വിശ്വപ്രസിദ്ധമായ അറ്റോമിയം എന്ന ലാൻഡ്മാർക്കിനു മുന്നിൽ എത്തിച്ചേർന്നു. നെടു നീളത്തിൽ ഒരു രാജപാതയാണ് കണ്മുന്നിൽ. ഇരുവശത്തേക്കുമുള്ള റോഡുകളേക്കാൾ വീഥിയിൽ റോഡുകൾക്കിടയിൽ ഡിവൈഡർ. പുൽത്തകിടിയും പൂച്ചെടികളും കൊണ്ട് അലങ്കരിച്ച ഡിവൈഡറിന്റെ ഓരം ചേർന്ന് നടന്നു തുടങ്ങി. ഇരുവശങ്ങളിലും തുരു തുരെ വാഹനങ്ങൾ ഓടിക്കൊണ്ടിരിക്കുന്ന നാലുവരിപ്പാത. അങ്ങ് മുന്നിലായി കാണുന്ന അറ്റോമിയത്തിന്റെ ബേസിനുള്ളിലൂടെ അത് കടന്നു പോകുന്നു. റോഡു കൾക്ക് അതിരിട്ടുകൊണ്ട് സമൃദ്ധമായ ഇലച്ചാർത്തുകളുമായി മരങ്ങൾ . വിന്റ്റിലേക്കുള്ള അകലം കുറവാണെന്ന സൂചിപ്പിച്ചുകൊണ്ട് അവയുടെ ഇലകളെല്ലാം മഞ്ഞ നിറത്തിലേക്കും ചിലതെങ്കിലും ചുവപ്പിലേക്കും പരിണമിക്കുകയാണ്. അതുകൊണ്ടു തന്നെ പ്രകൃതിക്ക് വല്ലാത്തൊരു സൗന്ദര്യമുണ്ട്. ക്രമേണ ഇനിയതെല്ലാം ഒന്നൊന്നായി കൊഴിഞ്ഞു വീഴും. പച്ചയും മഞ്ഞയും ചുവപ്പും നിറങ്ങൾ ചാലിച്ച ഒരു വർണ്ണ ചിത്രം പോലെയുള്ള ആ മനോഹരമായ യൂറോപ്യൻ പ്രകൃതിദൃശ്യത്തിൽ നിന്നും കണ്ണെടുക്കാൻ പ്രയാസം.

അഡോൾഫ് മാക്സിന്റെ ഒരു വെണ്ണക്കൽ ശിൽപ്പവും, സിലിണ്ടർ ആകൃതിയിൽ വെട്ടി ഒരുക്കിയ സസ്യങ്ങളുടെ മനോഹരമായ തോട്ടവും ഒക്കെ വലതുവശത്തു കണ്ടുകൊണ്ടാണ് ആറ്റോമിയത്തിനടുത്തേക്കു

• ആറ്റോമിയം-ബ്രസ്സൽസ്

നടന്നത്. അങ്ങ് ദൂരെ ആകാശ വിതാനത്തിൽ തല ഉയർത്തി നിൽക്കുന്ന ശിൽപ്പം ലക്ഷ്യമാക്കി നടക്കുന്നതിനിടയിലും ഓർമ്മച്ചിത്രങ്ങൾ പകർത്തുന്നതിൽ സഞ്ചാരികൾ മത്സരിക്കുകയായിരുന്നു.

രണ്ടാം ലോക മഹാ യുദ്ധത്തിന് ശേഷം യൂറോപ്പിലെ ആദ്യത്തെ ലോക പ്രദർശനം (world expo) നടന്നത് ബെൽജിയത്തിലെ ബ്രസ്സൽസിലാണ്. 'എക്സ്പോ 58' എന്ന് വിശേഷിപ്പിക്കപ്പെടുന്ന പ്രസ്തുത

പ്രദർശനം 1958 ഏപ്രിൽ 17 മുതൽ ഒക്ടോബർ 19 വരെ നീണ്ടുനിന്നു. പ്രദർശനന നഗരിയിലേക്ക് ഒരു പ്രവേശന കവാടം എന്ന നിലയിൽ നിർമ്മിച്ചതും, പിൽക്കാലത്ത് ബ്രസ്സൽസിലെ പ്രധന അടയാള ചിഹ്നമായി മാറിയതുമായ ഒരു അത്ഭുത നിർമ്മിതിയാണ് മുന്നിൽ കാണുന്ന ആറ്റോമിയം.

ഇത് ഡിസൈൻ ചെയ്ത് നിർമ്മിക്കുന്നതിന് നേതൃത്വം നൽകിയത് സഹോദരന്മാരായ ആൻഡ്രേയും ജീൻപോലകുമാണ് (André and Jean Polak). ഇരുമ്പ് ക്രിസ്റ്റലിന്റെ ആറ്റോമിക ഘടനയിൽ, നൂറ്റിരണ്ടു മീറ്റർ ഉയരമുള്ള ശിൽപ്പത്തിൽ 18 മീ വ്യാസമുള്ള സ്റ്റെയിൻലെസ്സ് സ്റ്റീൽ ക്ലാഡിങ് ഉള്ള ഒൻപത് ഗോളങ്ങൾ. ഒരു ഇരുമ്പ് ക്രിസ്റ്റൽ (ferrite crystal) ആറ്റത്തിന്റെ ആകൃതിയിലും അതിന്റെ 165 ബില്യൺ മടങ്ങ് വലുപ്പത്തിലുമാണ് ഇത് നിർമ്മിച്ചിരിക്കുന്നത്. (ഒരു ബില്യൺ = 100 കോടി)

ദൂരെ നിന്ന് നോക്കിയാൽ ഒരു വലിയ കളിപ്പാട്ടം പോലെ തോന്നുന്ന അറ്റോമിയത്തിന്റെ ഗോളാകൃതിയിലുള്ള നിർമ്മിതികളിൽ ആറെണ്ണത്തിൽ പൊതു ജനങ്ങൾക്ക് പ്രവേശനമുണ്ട്. ഗോളങ്ങളെ പരസ്പരം ബന്ധിപ്പിക്കുന്ന മൂന്ന് മീറ്റർ വ്യാസമുള്ള സിലിണ്ടർ ആകൃതിയിലുള്ള ഇടബന്ധങ്ങളിൽ അതിവേഗ എസ്കലേറ്ററുകളും ലിഫ്റ്റും ഘടിപ്പിച്ചിരിക്കുന്നു.

തറയിൽ തൊട്ടിരിക്കുന്ന ഗോളത്തിനകം ഒരു സ്ഥിരം പ്രദർശനഹാളാണ്. ഏറ്റവും മുകളിലെ ഗോളത്തിലുള്ള റസ്റ്റാറന്റിൽ എത്തിയാൽ, ബ്രസ്സൽസ്സിന്റെ മനോഹരമായ ആകാശക്കാഴ്ച കണ്ട് ചായ കുടിക്കാം. ഒരു മേളയ്ക്കുവേണ്ടി മാത്രമായിട്ട് നിർമ്മിച്ചതായിരിന്നു എങ്കിലും പ്രശസ്തമായതോടെ ഇത് അങ്ങനെതന്നെ നിലനിർത്തി പരിപാലിച്ച് സന്ദർശകർക്കായി തുറന്നു കൊടുക്കുകയായിരുന്നു. ആയിരക്കണക്കിനാളുകളാണ് (ഞങ്ങളെപ്പോലെ) ഇരുപതാം നൂറ്റാണ്ടിലെ ഈ അത്ഭുത നിർമ്മിതി കാണുന്നതിനായി ദിവസവും ഇവിടെ എത്തിച്ചേരുന്നത്.

കേവലം ആറ് മാസത്തെ ആയുസ്സ് മാത്രം പ്രതീക്ഷിച്ചു കൊണ്ട് നിർമ്മിച്ച ആറ്റോമിയം, ആറ് പതിറ്റാണ്ട് കഴിഞ്ഞിട്ടും ആരോഗ്യവാനായി നിലനിൽക്കുന്നത് കാണുമ്പോഴാണ്, അറുപതു വർഷമെങ്കിലും ആയുസുണ്ടാകേണ്ട പാലങ്ങൾ പോലും ആറുമാസം കൊണ്ട് പൊളിച്ചു പണിയേണ്ടിവന്ന നമ്മുടെ നിർമ്മാണ സംവിധാനങ്ങളുടെ ഗുണദോഷ വിശകലനത്തിന് സമയമായില്ലേ എന്ന് ചിന്തിച്ചു പോകുന്നത്.

കാറ്റാടി യന്ത്രങ്ങളുടെ നാട്ടിൽ

യൂറോപ്യൻ യാത്രയുടെ മൂന്നാം ദിവസം വൈകുന്നേരം ആറ് മണി. ബ്രസ്സൽസിലെ അറ്റോമിയത്തിന്റെ കാഴ്ചകൾ കണ്ട് മതിയാകാതെ തന്നെ അടുത്ത രാജ്യത്തേക്കുള്ള പ്രയാണം ആരംഭിച്ചു. നെതർലാൻഡ്സിലേക്കാണ് യാത്ര. ഒരു മണിക്കൂർ യാത്രക്കൊടുവിൽ ബെൽജിയം അതിർത്തി പിന്നിട്ട് നെതർലാൻഡ്സിലേക്ക് പ്രവേശിച്ചു. അര മണിക്കൂർ കൊണ്ട് നെതർലാൻഡ്സിന്റെ തെക്കൻ പ്രവിശ്യയായ North Brabant ലെ ഏറ്റവും വലിയ നഗരമായ ഐന്തോവൻ (EINDHOVEN) എന്ന ടെക്ക് നഗരത്തിൽ എത്തി. ഇലക്ട്രോണിക്സ് ഭീമൻ എന്നറിയപ്പെട്ടിരുന്ന ഫിലിപ്പ്സ് കമ്പനിയുടെ ജന്മഭൂമി. (ഫിലിപ്പ്സ് എന്ന ബ്രാൻഡ് നാമത്തിൽ മെയ്ഡ് ഇൻ ഹോളണ്ട് എന്ന് കൂടി രേഖപ്പെടുത്തിയ വിവിധ മോഡൽ റേഡിയോകളും ടെലിവിഷനും ഒക്കെ കേരളക്കരയിലെ വീടുകളെ അലങ്കരിച്ചിരുന്ന കാലം ഓർമ്മയുണ്ടോ. ജനപ്രിയവും വിശ്വസനീയവുമായ ആ ഇലക്ട്രോണിക്സ് ഉൽപ്പന്നങ്ങളുടെ നിർമ്മാണക്കമ്പനിയായ ഫിലിപ്സിന്റെ ആസ്ഥാനം ഇവിടെയാണ്) ധാരാളം ഇന്ത്യക്കാരുള്ള സ്ഥലമായതിനാലാവണം ഇവിടെ LEKKER INDIA എന്ന പേരിലൊരു ഇന്ത്യൻ റസ്റ്റോറന്റ് ഉണ്ട്. അവിടെയാണ് ഞങ്ങളുടെ അത്താഴം. മലയാളികളായ നടത്തിപ്പുകാരുടെ ആതിഥ്യം സ്വീകരിച്ചുകൊണ്ട് രുചികരമായ അത്താഴം കഴിഞ്ഞ് ഐന്തോവനിലെ nh KONIGSHOF എന്ന ഹോട്ടലിൽ എത്തി. ഏതോ റിസർവ് വനത്തിനുള്ളിലെ അതിവിശാലമായ റിസോർട്ട് പോലെ ഒരു ഭീമൻ ഹോട്ടൽ. ചെക്കിൻ ചെയ്ത് റൂമിലേക്കുള്ള നടപ്പിനിടയിലാണ് ഹോട്ടലിന്റെ വലുപ്പം ശരിക്കും മനസ്സിലാകുന്നത്. ഒട്ടുമുക്കാലും ഒറ്റ നിലയിൽ തന്നെയുള്ള കെട്ടിടങ്ങളുടെ ഇടവഴികളിലൂടെ എത്രദൂരം പിന്നിട്ടിട്ടാണെന്നോ അനുവദിച്ചു കിട്ടിയ മുറിയിലെത്തിയത്.

• നെതർലാൻഡ്സ്

അഞ്ചാം തിയതി രാവിലെ ബ്രേക്ക്ഫാസ്റ്റിനായി നടന്നത് പ്രഭാത സവാരികൂടിയായി. അത്രയേറെ ഇടവഴികൾ നടക്കാനുണ്ട്. വഴി തെറ്റാതിരിക്കാൻ വലിയ ജാഗ്രത പോലും വേണ്ടതുണ്ട്. അടയാള ചിഹ്ന ങ്ങളെ ശ്രദ്ധയോടെ നിരീക്ഷിച്ച് നടന്നില്ലെങ്കിൽ വൻനഗരത്തിലെ പെരുവഴിയിൽ പെട്ടപോലെ നട്ടം തിരിയും. ഒരു രാത്രികൂടി അവി ടെത്തന്നെയാണ് തങ്ങുന്നത് എന്നതിനാൽ ചെക്ക് ഔട്ട് ചെയ്യാതെ പുറത്തിറങ്ങി. മഞ്ഞയും ചുവപ്പും നിറങ്ങളിലുള്ള ഇലകൾ പൊഴിഞ്ഞു വീണ് പ്രകൃതിയൊരുക്കിയ പൂക്കളം പോലെയുള്ള പുൽപ്പടർപ്പുകളും വഴിയോരവും. ഏക്കർ കണക്കിന് സ്ഥലമുണ്ട് ഹോട്ടലിന്. കെട്ടിടങ്ങളും വഴിയും ഒഴികെയുള്ള സ്ഥലം മുഴുവൻ നിബിഡ വനമാണ്. പ്രകൃതിയെ സംരക്ഷിച്ചുകൊണ്ട് തന്നെ വൻകിട ഹോട്ടലുകൾ എങ്ങനെ നിർമ്മി ക്കാമെന്നതിന്റെ ഉത്തമ ഉദാഹരണം. യൂറോപ്പിലെ മൂന്നാം ദിവസത്തെ കാഴ്ചകൾ ആസ്വദിക്കാനായി നെതർലാൻഡ്സിന്റെ മണ്ണിലൂടെ യാത്ര തുടർന്നു.

സാൻസി സ്കാൻസ്

ഒരു മണിക്കൂർ യാത്രക്ക് ഒടുവിൽ സാൻസി സ്കാൻസ് (Zaanse Schans) എന്ന പൗരാണിക ഗ്രാമത്തിൽ എത്തി. സമുദ്ര നിരപ്പി നേക്കാൾ താഴ്ന്ന ഭൂപ്രദേശങ്ങൾ ഉള്ള ഹോളണ്ടിൽ, സംരക്ഷണ ഭിത്തിയിൽ ദ്വാരം വീണ് വെള്ളം ചീറ്റി ഒഴുകുന്നത് കണ്ട്, തന്റെ കൈ

വിരലുകൾ അതിൽ കടത്തി വെച്ച്, ഒരു രാത്രി മുഴുവൻ തണുത്ത് വിറങ്ങലിച്ച്, സ്വന്തം ഗ്രാമത്തെ വെള്ളപ്പൊക്കത്തിൽ നിന്നും രക്ഷിച്ച ഡച്ച് ബാലന്റെ കഥ ഓർമ്മയുണ്ടോ? 'ദ സിൽവർ സ്കേയ്റ്റ്സ്' എന്ന നോവലിലെ ഒരു ഉപകഥയായി മേരി മാപെസ് ഡോഡ്ജ് (Mary Elizabeth Mapes Dodge) അവതരിപ്പിച്ച 'അജ്ഞാത ബാലൻ'. അവന്റെ നാട്ടിലൂടെ ഉള്ള അവിസ്മരണീയമായ ഒരു യാത്രയുടെ ഒന്നാം ദിനമാണ്. നെതർലാൻഡ്സ് എന്ന വടക്കുപടിഞ്ഞാറൻ യൂറോപ്യൻ രാജ്യത്തിന്റെ തലസ്ഥാനനഗരിയായ ആംസ്റ്റർഡാമിൽ നിന്നും സുമാർ 20 കി.മീ.ദൂരത്തിൽ, യൂറോപ്യൻ ഭൂപ്രദേശങ്ങളുടെ വശ്യഭംഗി അതിന്റെ പാരമ്യതയിൽ തന്നെ കണ്ട് ആസ്വദിക്കാൻ കഴിയുന്ന സാൻസി സ്കാൻസ് (Zaanse Schans) എന്ന തുറസ്സായ ചരിത്ര മ്യൂസിയം കൺമുന്നിൽ.

സ്പാനിഷ് രാജാവ് ഫിലിപ്പ് രണ്ടാമനെ നേരിടാൻ സാൻസ് (Zaans) നദിക്കരയിൽ കോട്ടകെട്ടി, ഡച്ച് ജനതയുടെ സ്വാതന്ത്ര്യത്തിനായി പടയൊരുക്കം നടത്തിയ ചരിത്രപ്രസിദ്ധമായ മണ്ണിൽ, പതിനേഴ് പതിനെട്ട് നൂറ്റാണ്ടുകളിലെ ജനജീവിതം പുതുതലമുറയ്ക്ക് അനുഭവവേദ്യമാക്കുക എന്ന ലക്ഷ്യത്തോടെ, പുനസൃഷ്ടിച്ചിരിക്കുകയാണ്. ഒരു പുരാതന ഡച്ച് ഗ്രാമം അതിന്റെ പൂർണ്ണതയിൽ തന്നെ കണ്ടറിയാനുള്ള അവസരമാണ് അവിടെ ഒരുക്കിയിരിക്കുന്നത്. അതാണ് സാൻസി സ്കാൻസ് എന്ന ലോക പ്രസിദ്ധമായ ടൂറിസ്റ്റ് കേന്ദ്രത്തിന്റെ പ്രസക്തിയും പ്രശസ്തിയും.

● സാൻസി സ്കാൻസ്- കാറ്റാടി യന്ത്രങ്ങൾ

കഴിഞ്ഞ നൂറ്റാണ്ടുകളിലെ ഹൈടെക് സാങ്കേതികവിദ്യയുടെ മകുടോദാഹരണങ്ങളായ കാറ്റാടിയന്ത്രങ്ങളാണ് ഇവിടുത്തെ പ്രധാന ആകർഷണം. സാൻസ് നദിക്കരയിൽ സ്ഥാപിക്കപ്പെട്ടിരുന്ന ആയിരക്കണക്കിനു കാറ്റാടിയന്ത്രങ്ങളിൽ 13 എണ്ണം മാത്രമാണ് ഇപ്പോൾ അവശേഷിക്കുന്നത്. അതിൽതന്നെ ആറെണ്ണം മാത്രമാണ് ഇപ്പോൾ പ്രവർത്തന ക്ഷമമായിട്ടുള്ളത്. അറക്ക മില്ലും ഓയിൽ മില്ലുകളും ജലസേചനവും ഒക്കെയായി അവ ഇപ്പോഴും സജീവമാണ്. പുഴവക്കിൽ വളർന്നുനിൽക്കുന്ന പുൽച്ചെടികളുടെ പശ്ചാത്തലത്തിൽ തല ഉയർത്തി നിന്നുകൊണ്ട്, കാറ്റിന്റെ പ്രേരണയാൽ സാവധാനം കറങ്ങിക്കൊണ്ട് അവയോരോന്നും സഞ്ചാരികളെ മാടിവിളിക്കുന്നു. ആ കാറ്റാടിയന്ത്രങ്ങൾ ഒരു അസാധാരണ കാഴ്ചയനുഭവം തന്നെയാണ്. ധാന്യങ്ങൾ പൊടിക്കുന്നതിനും ജലസേചനത്തിനും മറ്റ് അനുദിന ആവശ്യങ്ങൾക്കും പ്രകൃതിയുടെ ശക്തിയെ മാത്രം ആശ്രയിച്ചിരുന്ന ഒരു കാലമുണ്ടായിരുന്നു എന്ന ഓർമ്മപ്പെടുത്തൽ കൂടിയാണ് ഈ കാറ്റാടി യന്ത്രങ്ങൾ.

നമ്മുടെ പഴയകാല പത്തായപുരകൾ പോലെ പൂർണ്ണമായും മരം കൊണ്ട് നിർമ്മിച്ചതും, പച്ചചായം പൂശിയതും, പൗരാണിക യൂറോപ്യൻ വാസ്തുശൈലിയുടെ നേർ സാക്ഷ്യങ്ങളുമായ ഒട്ടനേകം വീടുകൾ തിങ്ങിനിറഞ്ഞ ഒരു ഗ്രാമം തന്നെ അവിടെ പുനസൃഷ്ടിച്ചിരിക്കുന്നു. ഈ പൗരാണിക ഭവനങ്ങളും പാലങ്ങളും മറ്റ് നിർമ്മിതികളും, പരമ്പരാഗത കരകൗശല കേന്ദ്രങ്ങളും, തൊഴിലിടങ്ങളും, കാറ്റാടി യന്ത്രങ്ങളും,

നദിക്കരയുടെ വശ്യ സൗന്ദര്യവും കൂടിയാകുമ്പോൾ ഈ ഓപ്പൺ മ്യൂസിയം സന്ദർശകരുടെ കണ്ണുകൾക്ക് നല്ലൊരു ദൃശ്യവിരുന്നായി മാറുന്നു.

സാൻസ് നദിയുടെ ഇരുകരകളും വിശാലമായ പാടശേഖരങ്ങളാണ്. കരയിൽ എന്ന് പറഞ്ഞുകൂട. പുഴയിലെ ജലനിരപ്പിനേക്കാൾ താഴ്ന്നു കിടക്കുന്ന കൃഷിയിടത്തിന്റെ സംരക്ഷണഭിത്തി പോലെ പുഴക്കരയിൽ നിർമ്മിച്ചിരിക്കുന്ന മൺതിട്ടയാണ് കര. ആ തിട്ടയിലാണ് വിന്റ് മില്ലുകൾ സ്ഥാപിച്ചിരിക്കുന്നത്. വീശിയടിക്കുന്ന കുളിർകാറ്റിന്റെ അകമ്പടി ആസ്വദിച്ച് ആഹ്ളാദകരമായ കാൽനട സാധ്യമാകത്തക്ക വിധം നദിക്കരയിലെ മൺതിട്ടയിൽ നടപ്പാതയും ഒരുക്കിയിരിക്കുന്നു.

നെതർലാൻഡ്ഡിന്റെ തലസ്ഥാനമായ ആംസ്റ്റർഡാമിലെ സെൻട്രൽ സ്റ്റേഷനിൽ നിന്നും ട്രെയിനിലാണെങ്കിൽ 18 മിനിറ്റും ബസ്സിൽ 40 മിനിറ്റും യാത്ര ചെയ്താൽ ഇവിടെ എത്തിച്ചേരാം. റോഡ് ഗതാഗത സൗകര്യവും വൈദ്യുതിയും ഒഴികെ ആധുനികതയുടെ ഒരു കടന്നുകയറ്റവുമില്ലാതെ സംരക്ഷിക്കപ്പെട്ടിരിക്കുന്ന ഗ്രാമം. പഴയകാലത്തെ ഗ്രാമ ജീവിതം ആസ്വദിക്കുവാൻ കഴിയുമെന്നതിനാൽ, നഗരത്തിലെ തിരക്കിൽ വീർപ്പുമുട്ടുന്നവർക്ക് സാൻസി സ്കാൻസ് ഒരു ചേഞ്ച് (change) തന്നെയാണ്. അതിനാലാവണം തദ്ദേശീയരും വിദേശ ടൂറിസ്റ്റുകളും അടക്കം വലിയൊരു ജനാവലിയുടെ സാന്നിധ്യം കൊണ്ട് ഈ ഗ്രാമ ഹൃദയം സദാസമയവും തുടികൊട്ടുന്നത്. സന്ദർശകരെ നിയന്ത്രിക്കുന്നതിനുള്ള പോംവഴികളാണത്രെ അധികൃതർ അന്വേഷിക്കുന്നത്.

നാട്ടറിവുകളുടെ വിപണന സാദ്ധ്യതകൾ

നെതർലാൻറ്സിലെ പ്രസിദ്ധമായ സാൻസി സ്കാൻസ് (Zaanse Shans) എന്ന പൗരാണിക ഗ്രാമത്തിൽ ഏതാനും പരമ്പരാഗത കരകൗശല നിർമ്മിതി കേന്ദ്രങ്ങളും സന്ദർശകർക്കായി ഒരുക്കിയിട്ടുണ്ട്. അതിലൊന്നാണ് മരത്തടികൾ കൊണ്ട് പാദരക്ഷകൾ നിർമ്മിക്കുന്ന ഷൂ ഫാക്ടറി. Clog എന്ന് വിശേഷിപ്പിക്കുന്ന Wooden Shoe-വിന്റെ നിർമ്മാണ രീതിയും ലൈവായിത്തന്നെ സന്ദർശകർക്കായി പ്രദർശിപ്പിക്കുന്നുണ്ട്. സുമുഖനായ ഒരു ചെറുപ്പക്കാരൻ ഒരു മരക്കഷണം കയ്യിലെടുത്ത് വാചാലമായ വിവരണങ്ങളോടെ പരമ്പരാഗതമായ ഷൂ നിർമ്മിതിയുടെ കരകൗശല വൈദഗ്ധ്യം സന്ദർശകരെ ബോധ്യപ്പെടുത്തുകയാണ്. മുൻകാലങ്ങളിൽ ഇതിന്റെ നിർമ്മാണം പൂർണമായും കൈകൾ കൊണ്ട് തന്നെയായിരുന്നു എന്നും, ഇക്കാലത്ത് ഭാഗികമായി

● സാൻസി സ്കാൻസ് - മരത്തടിയിൽ ഷൂ നിർമ്മിക്കുന്ന ഫാക്ടറി

യന്ത്രവൽക്കരണം നടപ്പിലാക്കിയതിനാൽ അഞ്ചുമിനിറ്റ് സമയത്തിനുള്ളിൽ മനോഹരമായ ഒരു ചെരുപ്പ് നിർമ്മിച്ചെടുക്കാൻ കഴിയും എന്നും അയാൾ കാണികളെ ബോധ്യപ്പെടുത്തുന്നു.

വിവിധ വർണത്തിലും വലുപ്പത്തിലും ആകൃതിയിലും നിർമ്മിച്ച നൂറ് കണക്കിന് ജോഡി മരച്ചെരുപ്പുകളാണ് വില്പനയ്ക്കായി നിരത്തി വെച്ചിരിക്കുന്നത്. മരത്തടിയിൽ നിർമ്മിക്കുന്ന മറ്റനേകം കൗതുക വസ്തുക്കളും വിൽപ്പനക്ക് റെഡി.

ഈ ഷൂ ഫാക്ടറി കൂടാതെ രുചികരമായ നാടൻ ചീസ് നിർമാണ ശാലകളും, ചോക്ലേറ്റ് ഫാക്ടറിയും, വൈരക്കൽ അലങ്കാരവസ്തുക്കളുടെ നിമ്മിതിയും ആഭരണ നിർമ്മാണ ശാലയും ഒക്കെ ഈ ഗ്രാമത്തിൽ സന്ദർശകർക്കായി ഒരുക്കിയിട്ടുണ്ട്. പ്രദർശനം മാത്രമല്ല. എല്ലാം വിൽപ്പനക്കുള്ളത് തന്നെ. സുന്ദരികളായ ഹോളണ്ടുകാരികൾ പാരമ്പരാഗത വേഷത്തിൽ വിൽപ്പന ശാലകളിലെല്ലാം സുസ്മേര വദനരായി തൊഴിലെടുക്കുന്നു.

പാലും പാലുൽപ്പന്നങ്ങളും ഉപജീവന മാർഗ്ഗമായിരുന്ന ഹോളണ്ടിലെ ജനതയുടെ നൂറ്റാണ്ടുകൾ മുൻപത്തെ ജീവിതം വരച്ചു കാട്ടുന്ന ഒട്ടനവധി പ്രദർശനങ്ങളും അവിടെ ഒരുക്കിയിട്ടുണ്ട്. അതിലൊന്നാണ് പശുവും കറവക്കാരനും ആടുകളും കോഴികളും ഒക്കെയുള്ള ഒരു തൊഴുത്ത്. പശുവും കറവക്കാരനും ഒക്കെ പ്രതിമകളാണെങ്കിലും അതിനൊക്കെ

ജീവനുണ്ടെന്ന് തോന്നും. പ്രദർശന വസ്തുക്കളും ഉപകരണങ്ങളും വേഷവും ഒക്കെ നൂറ്റാണ്ടുകൾക്ക് മുമ്പുള്ളത് തന്നെ. ഒരു നാടിന്റെ പാരമ്പര്യവും വൈദഗ്ദ്ധ്യവും ഏതെല്ലാം വിധത്തിൽ സഞ്ചാരികളെ ആകർഷിക്കാനായി പ്രയോജനപ്പെടുത്താമെന്നും, അതുവഴി തദ്ദേശീയർക്ക് തൊഴിലവസരങ്ങളും വരുമാനവും ഉറപ്പാക്കാൻ കഴിയുമെന്നുമുള്ള പാഠങ്ങളാണ് സാൻസി സ്കാൻസ് നമുക്ക് പകർന്നു തരുന്നത്.

ആൻ ഫ്രാങ്കിന്റെ ഡയറിക്കുറിപ്പുകൾ ജന്മമെടുത്ത നഗരം

അതി വിപുലമായ കനാൽ ശൃംഗലകളിലേക്ക് മുഖം തിരിച്ചു നിൽക്കുന്ന ത്രികോണ മുഖവാരങ്ങളുടെ ദർശന ഭംഗി കൊണ്ട് കാണികളെ പുളകം കൊള്ളിക്കുന്ന പരമ്പരാഗത യൂറോപ്യൻ ഭവനങ്ങളും, അത്യാധുനിക വസ്തുനിർമ്മിതികളുടെ മനോഹാരിതയുടെ മേളനവും കൊണ്ട് അതിശയിപ്പിക്കുന്ന അത്ഭുത നഗരമാണ് ആംസ്റ്റർഡാം. ഡച്ചുകാരുടെ സുവർണ്ണ കാലഘട്ടമായ പതിനേഴാം നൂറ്റാണ്ടിന്റെ പാരമ്പര്യവും പ്രൗഢിയും അനുസ്മരിപ്പിക്കുന്ന വാസ്തു നിർമ്മിതികൾ അതേപോലെ സംരക്ഷിച്ചിരിക്കുന്ന നഗരം. മ്യൂസിയങ്ങളുടെയും ആർട്ട് ഗ്യാലറികളുടെയും നഗരം. ആൻ ഫ്രാങ്കിന്റെ ഡയറിക്കുറിപ്പുകൾ ജന്മമെടുത്ത നഗരം. യൂറോപ്യൻ ചിത്രകലയിൽ വിപ്ലവം സൃഷ്ടിച്ച വിൻസൻറ് വില്യം വൻഗോഗിന്റെ നഗരം. ചരസിന്റെയും കഞ്ചാവിന്റെയും മണമുയരുന്ന തെരുവോരങ്ങളുള്ള നഗരം. ലൈംഗിക വ്യാപാരത്തിന് പ്രസിദ്ധമായ ചുവന്ന തെരുവുകളുടെ നഗരം. സൈക്കിൾ യാത്രികരുടെ വിഹാര ഭൂമി. അങ്ങനെ എത്ര വേണമെങ്കിലും വിശേഷണങ്ങൾ ചാർത്തിക്കൊടുക്കാവുന്ന

നഗരമാണ് നെതർലാൻഡ്സിന്റെ തലസ്ഥാനമായ ആംസ്റ്റർഡാം. ആ നഗരത്തിലേക്കാണ് ഞങ്ങൾ എത്തിച്ചേർന്നിരിക്കുന്നത്.

ചരിത്ര പ്രധാന്യമുള്ളതും ദേശീയ സ്മാരകമായി സംരക്ഷിക്കുന്നതുമായ ആംസ്റ്റർഡാം സെൻട്രൽ സ്റ്റേഷന് മുന്നിൽ ബസ്സിൽ നിന്നിറങ്ങി. ട്രെയിൻ യാത്രികരുടെ സൈക്കിളുകൾ നിരനിരയായി അടുക്കിവെച്ചിരിക്കുന്ന മനോഹരമായ ഒരു കാഴ്ചയുണ്ട്. ആയിരക്കണക്കിന് സൈക്കിളുകളാണ് പല നിലകളിലായി ഉടമസ്ഥരെ കാത്ത് നിരന്നിരിക്കുന്നത്. ചിലന്തി വല കെട്ടിയപോലെ കനാലുകളാണ് നഗരം നിറയെ. റോഡുകളേക്കാൾ കനാലുകൾ ഉള്ള നഗരം. റോഡ് മുറിച്ചു കടന്ന് 'ഡമാർക്ക് അവന്യൂ'വിലൂടെ (Damrak) ഡാം സ്ക്വയർ ലക്ഷ്യമാക്കി നടന്നു തുടങ്ങി. ആംസ്റ്റർഡാമിലെ ജനത്തിരക്കേറിയ ഒരു പ്രധാന റോഡാണിത്. വാഹനങ്ങളും ട്രാമും ഒക്കെ പാഞ്ഞുപോകുന്ന നിരത്തിന്റെ ഓരം ചേർന്ന്, പൂരപ്പറമ്പിലെ ആൾക്കൂട്ടത്തിലെന്നപോലെ നടന്നു പോകണം. പെരുവഴിയിലെ ആൾക്കൂട്ടത്തിൽ അജഗണങ്ങൾ വഴി തെറ്റി നഷ്ടപ്പെട്ട് പോകാതിരിക്കാനുള്ള ജാഗ്രതയോടെ കൊടി പിടിച്ച് മുന്നേ നടന്ന് വഴി കാട്ടുന്ന ടൂർ മാനേജർ സവിത, ഇടക്കിടെ തിരിഞ്ഞു നോക്കും. നഗരക്കാഴ്ചകൾ കണ്ടു സാവധാനം നടക്കുന്ന പിൻനിരയിലെ മേനോൻ സാറിനും പിന്നിലായി ഗൈഡ് ഐശ്വര്യയുമുണ്ടാകും.

ഡാം സ്ക്വയറിലേക്ക് നടന്നെത്തി. ചതുരാകൃതിയിലുള്ള ആ നഗര ചത്വരത്തിന്റെ പടിഞ്ഞാറു ഭാഗത്താണ് റോയൽ പാലസ്. പതിനേഴാം നൂറ്റാണ്ടിലെ ഡച്ച് സുവർണ്ണ കാലത്ത് സിറ്റി ഹാൾ എന്ന നിലയിൽ നിർമ്മിച്ചതും പിൽക്കാലത്തു ലൂയിസ് ഒന്നാമൻ എന്നറിയപ്പെട്ട ലൂയിസ്

• ഡാം സ്ക്വയർ - ആംസ്റ്റർഡാം

നെപ്പോളിയന്റെ (നെപ്പോളിയൻ ബോണപ്പാർട് എന്ന ഫ്രഞ്ച് ചക്രവർത്തിയുടെ ഇളയ സഹോദരൻ) കൊട്ടാരമായി മാറിയതുമായ ചരിത്ര നിർമ്മിതി. അതിന് ഇരുവശത്തുമായി ഓരോ ചരിത്ര മന്ദിരങ്ങൾ കാണാം. പാലസിന്റെ ഇടതുവശത്തായി പതിനഞ്ചാം നൂറ്റാണ്ടിലെ നിർമ്മിതിയായ Nieuwe Kerk (New Church) എന്ന പ്രൊട്ടസ്റ്റന്റ് ദേവാലയം. വലത് വശത്ത് 1970 ൽ സ്ഥാപിതമായ യൂറോപ്പിലെ ആദ്യത്തെ മെഴുക് മ്യൂസിയം (Madame Tussauds Wax Museum) കാണാം. ചത്വരത്തിനു ചുറ്റിലും ദേശീയ സ്മാരകങ്ങളായ വാസ്തു നിർമ്മിതികൾ തന്നെയാണ്.

വാക്സ് മ്യൂസിയത്തിന്റെ മുന്നിലായി ഒരു തെരുവ് കലാകാരന്റെ പ്രകടനങ്ങൾ നടക്കുന്നു. മറ്റു ചില കോണുകളിൽ എന്തൊക്കെയോ പ്രദർശനങ്ങളും നടക്കുന്നുണ്ട്. അവിടെയെല്ലാം ധാരാളം കാണികളുമുണ്ട്. പെയിന്റ് തുള്ളികൾ വീണ് വികൃതമായ കുപ്പായമിട്ട ഒരു ചിത്രകാരൻ, ആളൊഴിഞ്ഞ ഒരു കോണിലിരുന്ന്, റോയൽ പാലസിനെ നോക്കി അതിന്റെ വർണ്ണ ചിത്രം വരയ്ക്കുന്നു. അങ്ങനെ എത്രയെത്ര കാഴ്ചകൾ. എത്രയോ കാലമായി എന്തെല്ലാം സംഭവങ്ങൾക്കും കാഴ്ചകൾക്കും ഒക്കെ വേദിയായ മണ്ണിലാണ് ചുവടൂന്നി നിൽക്കുന്നത് എന്നോർത്തപ്പോൾ, കേരളത്തിലെ മലയോര മണ്ണിൽ നിന്നും യൂറോപ്പിന്റെ മോഹക്കാഴ്ചകളിലേക്ക് യാത്ര ചെയ്യാൻ ഭാഗ്യമുണ്ടായതിന്റെ അഭിമാന ബോധം കൊണ്ട് നേരിയൊരഹംഭാവം തോന്നിയോ ? ഒരുകാലത്ത് കച്ചവടത്തിനായി കടൽമാർഗ്ഗം നമ്മുടെ നാട്ടിൽ വിരുന്നുകാരായെത്തിയ

• ആംസ്റ്റർഡാം കനാൽ റൂട്ടുകൾ

• National Monument - Dam Square

ലന്തക്കാർ എന്ന ഡച്ചുകാർ ക്രമേണ വീട്ടുകാരായും പിന്നെ ഭരണ കർത്താക്കളായും മാറിയ ചരിത്രം ഓർത്തെടുത്തുകൊണ്ട്, ആ ഹോള ണ്ടുകാരുടെ പിൻമുറക്കാർ ജീവിക്കുന്ന നെതർലാൻഡിന്റെ മണ്ണിൽ (ടൂറിസ്റ്റുകളുടെ റോളിലാണെങ്കിലും) അവർക്കൊപ്പം നടക്കാൻ ഭാഗ്യം ലഭിച്ച മലയാളികൾ എന്ന സന്തോഷം മറനീക്കി പുറത്തുവന്നതാണ്.

ഡാം സ്ക്വയർ ചത്വരത്തെ നടുവേ മുറിച്ചു കൊണ്ടാണ് ഡമാർക്ക് അവന്യൂ കടന്നു പോകുന്നത്. ഇടതടവില്ലാതെ ട്രാമുകൾ ഓടിക്കൊണ്ടിരിക്കുന്ന ആ റോഡിനപ്പുറത്തായി രണ്ടാം ലോക യുദ്ധത്തിലെ വീര യോദ്ധാക്കളുടെ സ്മാരകമായ കൽസ്തൂപം കാണാം (National Monument - Dam Square). 22 മീറ്റർ ഉയരമുള്ള ആ വെണ്ണക്കൽ ശിൽപ്പം 1952 ലാണ് നിർമ്മിച്ചത്. രണ്ടാം ലോകമഹായുദ്ധത്തിൽ മരണമടഞ്ഞ വീര പോരാളികളുടെ ശവകുടീരത്തിൽ നിന്നും, യുദ്ധക്കളങ്ങളിൽ നിന്നും ശേഖരിച്ച മണ്ണ് നിറച്ച പന്ത്രണ്ട് കലശങ്ങൾ ഉൾച്ചേർത്ത ഒരു സവിശേഷ ശില്പമാണ് അത്. സ്മാരകത്തിന്റെ കല്പടവുകളിലെല്ലാം സഞ്ചാരികൾ വിശ്രമിക്കുന്നു.

ആംസ്റ്റർഡാം സെൻട്രലിനു മുന്നിൽ ആറ് മണിക്ക് എത്തിച്ചേരണം എന്ന നിർദ്ദേശം തന്നു കൊണ്ട്, നഗരക്കാഴ്ചകളിലൂടെ സ്വതന്ത്രമായി നടക്കാനുള്ള രണ്ട് മണിക്കൂർ സമയം അനുവദിച്ചു കിട്ടി. ചെറു കൂട്ടങ്ങളായി ഞങ്ങൾ പല വഴിക്ക് നടന്നു. ഏതൊക്കെയോ കനാലുകളുടെ ഓരം ചേർന്ന് വെറുതെ നടന്നു. എത്രയോ പാലങ്ങൾ മുറിച്ചു കടന്നു. ചെറുവഞ്ചികളിലും ബോട്ടുകളിലും സഞ്ചരിക്കുന്ന ടൂറിസ്റ്റുകളും തദ്ദേശീയരും. കഞ്ചാവു വിൽക്കുന്നവരും അത് വലിച്ചു കിറുങ്ങി ഇരിക്കുന്നവരും ആംസ്റ്റർഡാം തെരുവുകളിലെ കാഴ്ചയിൽ വരാതിരിക്കില്ല. പ്രധാന റോഡുകൾ മുറിച്ചു കടന്നും ഇടവഴികളിൽ ചുറ്റിക്കറങ്ങിയും 'വടക്കിന്റെ വെനീസ്' എന്നുകൂടി അറിയപ്പെടുന്ന നഗരത്തിലെ കാഴ്ചകൾ തേടി നടന്നു. ആംസ്റ്റർഡാമിലെ നഗര ചത്വരങ്ങളും തെരുവോരങ്ങളും നിറഞ്ഞു കവിയുന്ന ജനസഞ്ചയത്തോടൊപ്പം, ഡാം സ്ക്വയറും റോയൽ പാലസും, വാർ മെമ്മോറിയലും ഒക്കെ കണ്ടു കൊണ്ട് നഗരവീഥികളിലൂടെ നടക്കുമ്പോൾ, "ആൻ ഫ്രാങ്കിന്റെ ഡയറികുറിപ്പുകൾ "പിറവിയെടുത്ത ഈ പൗരാണിക നഗരത്തെ പ്രണയിക്കാതിരിക്കാൻ ആർക്കാണ് കഴിയുക. അനുവദിച്ച സമയം പെട്ടെന്ന് തീർന്നു പോയപോലെ തോന്നി. സമയം അതിക്രമിച്ചു എന്നറിഞ്ഞപ്പോൾ ആംസ്റ്റർഡാം സെൻട്രൽ ലക്ഷ്യമാക്കി തിരികെ നടന്നു. അവിടെ ഞങ്ങളെ കാത്തിരിക്കുന്നവരോടൊപ്പം വീണ്ടും കണ്ണി ചേർന്നു. എല്ലാവരും എത്തിക്കഴിഞ്ഞപ്പോൾ ബസ്സിലേക്ക് കയറി.

ജർമ്മനിയിലെ രണ്ടാമൂഴം

ഈ യാത്രാവിവരണത്തിന്റെ ശീർഷകം അർത്ഥപൂർണ്ണമാകുന്നത് നാലാം ദിവസത്തെ യാത്രയിലാണ്. ആദ്യത്തെ യൂറോപ്യൻ യാത്രയിൽ ഞാൻ സന്ദർശിച്ച ജർമ്മനിയിലെ കൊളോൺ കത്തീഡ്രലും (Cologne Cathedral), ലവ് ലോക്കുകളുടെ പാലവും, കൊളോൺ കാഴ്ച ബംഗ്ളാവിലെ വിശേഷങ്ങളും, നഗരക്കാഴ്ചകളും ഒക്കെ വിവരിച്ചപ്പോഴാണ്, അതൊക്കെ ഒന്ന് നേരിൽ കാണണമെന്ന് എന്റെ സഹധർമ്മിണിക്ക് മോഹമുദിച്ചത്. അങ്ങനെയാണ് എന്റെ രണ്ടാം യൂറോപ്യൻ പര്യടനത്തിനുള്ള വഴിയൊരുങ്ങിയത്. എത്ര കണ്ടാലും വീണ്ടും വീണ്ടും കാണണമെന്നുള്ള മോഹം ബാക്കിയാക്കുന്ന കാഴ്ചകളാണല്ലോ യൂറോപ്പ് കരുതിവെച്ചിട്ടുള്ളത്. ഈ വിവരണം എഴുതാൻ വേണ്ടി, ഞങ്ങളുടെ യാത്ര വേളയിലെടുത്ത ചിത്രങ്ങളും വിഡിയോയും ഒക്കെ നോക്കി കാണുമ്പോൾ "ഹായ് ഒന്ന് കൂടി പോകാൻ തോന്നുന്നു" എന്ന മോഹം അറിയിച്ച് കൊണ്ട്, ഇനിയുമൊരു യാത്രക്ക് കൂടി എന്റെ പ്രിയതമ പ്രേരണ തരുന്നുമുണ്ട്. എന്ത് ചെയ്യാം ഒരു കുഞ്ഞൻ കൊറോണ എല്ലാ പദ്ധതികളും തകർത്ത് തരിപ്പണമാക്കിയില്ലേ. എന്തായാലും 'ഈ (കഷ്ട) കാലവും കടന്നുപോകും' എന്ന പ്രത്യാശയിൽ നമുക്ക് യാത്രകളുടെ മനക്കോട്ടകൾ കെട്ടാം.

എയ്ന്തോവനിലെ nh ഹോട്ടലിൽ നിന്നും പ്രഭാതഭക്ഷണത്തിനു ശേഷം ചെക്ക് ഔട്ട് ചെയ്ത് ബസ്സിൽ കയറി. വിന്റർ ഫാളിന്റെ കൊഴിയുന്ന സൗന്ദര്യം വീണു വിതറിയ കാനന പാതയിലൂടെ സസന്തോഷം യാത്രആരംഭിച്ചു. അവിചാരിതമായി പെയ്തു തുടങ്ങിയ ചെറുമഴ പുറം കാഴ്ചകൾക്ക് മങ്ങലേൽപ്പിച്ചു. അടുത്ത ലക്ഷ്യ സ്ഥാനമായ ജർമ്മനിയിലെ കോളോണിലേക്ക് രണ്ടു മണിക്കൂർ നേരത്തെ യാത്രയുണ്ട്. അവിടെ

എത്തുമ്പോഴേക്കും മഴയൊക്കെ മാറും എന്ന പ്രത്യാശയോടെ ടൂർ സംഘത്തിലെ ഗായികാ ഗായകന്മാരുടെ സംഗീത വിരുന്നും ആസ്വദിച്ചു കൊണ്ട് യാത്ര തുടർന്നു.

എന്നാൽ പ്രതീക്ഷകൾ എല്ലാം തെറ്റിപ്പോയി. യൂറോപ്പിലെ മഴയുടെയും കാറ്റിന്റേയും കുളിരറിയുവാൻ അവസരം ഒരുക്കിക്കൊണ്ടാണ് ജർമ്മനി ഞങ്ങളെ സ്വാഗതം ചെയ്തത്. അപ്രതീക്ഷിതമായ കാലാവസ്ഥാ വ്യതിയാനങ്ങൾക്ക് യൂറോപ്പ് വിധേയമാകാറുണ്ട് എന്ന് നേരിട്ടറിയുവാനും അത് കാരണമായി. കുടയും മഴക്കോട്ടുമൊന്നും ആരും തന്നെ കരുതിയിട്ടുണ്ടായിരുന്നില്ല. കയ്യിൽ കരുതിയ മേൽക്കുപ്പായമൊക്കെയിട്ട് കൊളോൺ കത്തീഡ്രൽ പരിസരത്തു ബസ്സിറങ്ങിയപ്പോഴാണ് യൂറോപ്പിലെ മഴയുടെയും തണുപ്പിന്റെയും സുഖം (?) അനുഭവിച്ചറിഞ്ഞത്. ആരൊക്കെയോ Made in Germany കുടകൾ വലിയ വില കൊടുത്ത് വാങ്ങി. സഹധർമ്മിണിയുടെ ബാഗിൽ ഒരു കുടയുണ്ടായിരുന്നതിനാൽ അതും ചൂടി ഞങ്ങൾ പള്ളി മുറ്റത്തേക്ക് നടന്നു.

റൈൻ നദീതടത്തിലെ പ്രസിദ്ധമായ ഒരു പൗരാണിക നഗരമാണ് കൊളോൺ. ജൂലിയസ് സീസറിന്റെ കാലത്തോളം ചരിത്രപ്പഴമയുള്ള മഹാനഗരം. കൊളോൺ കാത്തലിക്ക് ആർച്ച് ബിഷപ്പിന്റെ ആസ്ഥാന

• Cologne Bridge - Germany

• Cologne Cathedral - Germany

ദേവാലയമായ കൊളോൺ കത്തീഡ്രൽ എന്ന അത്ഭുത വാസ്തു നിർമ്മിതി ഒന്ന് കൊണ്ട് തന്നെ ലോക പ്രസിദ്ധമായ നഗരം. ലോക പൈതൃക പട്ടികയിൽ ഇടം നേടിയ, ഗോഥിക് നിർമ്മാണ ശൈലിയുടെ മകുടോദാഹരണമായ ആ അത്ഭുത നിർമ്മിതിയുടെ തിരുമുറ്റത്താണ് പദമൂന്നിയിരിക്കുന്നത്. ആകാശത്തിലേക്ക് തല ഉയർത്തി നിൽക്കുന്ന രണ്ട് സ്തൂപിക ശിഖരങ്ങളാണ് (Spires) ദേവാലയത്തിന്റെ മുഖവാരം. ഇരട്ട മുഖവാരമുള്ള ലോകത്തിലെ ഏറ്റവും വലിയ ഈ പള്ളി (515 ft)

കൊളോൺ നഗരത്തിന്റെ അടയാള ചിഹ്നമായിട്ടാണ് (ഐക്കൺ) പരിഗണിക്കപ്പെടുന്നത്. ജർമ്മനിയിൽ ഏറ്റവും കൂടുതൽ സഞ്ചാരികളെ ആകർഷിക്കുന്ന ലാൻഡ്മാർക്കായി അതങ്ങനെ തല ഉയർത്തി നിൽക്കുന്നു.

ദേവാലയത്തിൽ തിരുക്കർമ്മങ്ങൾ നടക്കുന്ന സമയത്താണ് ഞങ്ങൾ അതിനുള്ളിൽ പ്രവേശിച്ചത്. പ്രധാന മദ്ബഹയിൽ നടക്കുന്ന ദിവ്യബലിയിൽ ധാരാളം ആളുകൾ സംബന്ധിക്കുന്നുണ്ട്. അവിടേക്ക് സഞ്ചാരികളുടെ പ്രവേശനം തടഞ്ഞുകൊണ്ട് ബാരിക്കേഡുകൾ സ്ഥാപിച്ചിരിക്കുന്നു. കാലാവസ്ഥ പ്രതികൂലമാണെങ്കിലും സഞ്ചാരികൾക്ക് കുറവില്ല. ഗോഥിക്ക് നിമ്മാണ ശൈലിയുടെ അതിശയിപ്പിക്കുന്ന ദൃശ്യവിരുന്നൊരുക്കിക്കൊണ്ട് കൊളോൺ കത്തീഡ്രൽ സഞ്ചാരികളുടെ മനം കുളിർപ്പിക്കും തീർച്ച.

ലോകമഹായുദ്ധങ്ങളെ അതിജീവിച്ച കൊളോൺ കത്തീഡ്രൽ ദേവാലയത്തിന്റെ പൗരാണിക നിർമ്മിതികളുടെ അവശേഷിപ്പുകകളുടെ പ്രദർശനവും, ഭക്തിസാന്ദ്രമായ ചടങ്ങുകളും കണ്ട് പുറത്തിറങ്ങി. നേരെ നടന്നത് റൈൻ നദിക്ക് കുറുകെ ഒരു നൂറ്റാണ്ട് മുൻപ് (1911) പണിത പാലത്തിലേക്കാണ്. പ്രണയിനികളുടെ മരണപര്യന്ത ബാന്ധവ വാഗ്ദാനത്തിന്റെ സാക്ഷ്യമോതിക്കൊണ്ട്, തിങ്ങിനിറയുന്ന 'ലവ് ലോക്കു'കളുടെ ഭാരം താങ്ങാനാകാതെ, മുതുകുനിഞ്ഞ വയോവൃദ്ധനെപ്പോലെ കാണപ്പെടുന്ന കൊളോൺ ആർച്ച് പാലം (Hohenzollernbrücke Bridge) ലോക സഞ്ചാരികളുടെ ഇഷ്ടലൊക്കേഷനാണ്. അസ്ഥിരമായ ദാമ്പത്യ ബന്ധങ്ങളുടെ പേരിൽ പഴി ചാർത്തപ്പെട്ടവരാണല്ലോ യൂറോപ്യൻ ജനത. എന്നാൽ പ്രണയ ജോഡികളും ദമ്പതികളും ഒക്കെ ഒരു നിയോഗം പോലെ ഇവിടെ വന്ന്, പാലത്തിന്റെ കൈവരികളിലോ ഒഴിവിടങ്ങളിലോ ഒരു താഴ് പൂട്ടി, റൈൻ നദിയുടെ ആഴക്കയങ്ങളിലേക്ക് അതിന്റെ താക്കോൽ വലിച്ചെറിയുന്നു. ആ താക്കോൽ വീണ്ടെടുത്ത് പൂട്ടിയിട്ട താഴ് തുറക്കുന്നതിന് തീരെ സാധ്യതയില്ലാത്തതു പോലെ, ആജീവനാന്തം തങ്ങളുടെ ദാമ്പത്യ ബന്ധത്തിനും വിള്ളലുണ്ടാവില്ല എന്ന പ്രതിജ്ഞയാണത്രെ അവിടെക്കാണുന്ന ഓരോ താഴും. 2008 ൽ മാത്രം ആരംഭിച്ച ഒരു പതിവായിട്ടുപോലും, അരലക്ഷത്തോളം താഴുകളാണ് ഇപ്പോൾതന്നെ ഈ പാലത്തിൽ ഇടം പിടിച്ചിരിക്കുന്നത്. അസ്ഥിയിലേക്ക് തുളച്ചു കയറുന്ന തണുപ്പുമായി വീശിയടിക്കുന്ന കാറ്റും മഴയും മത്സരിച്ചപ്പോൾ,അവരോട് ചെറുത്ത് നിൽക്കാനാകാതെ, തോൽവി സമ്മതിച്ച് മടങ്ങേണ്ടിവന്നു.

ഫീനിക്സ് പക്ഷിയെപ്പോലെ ഉയിർകൊണ്ട ഫ്രാങ്ക്ഫർട്ട് നഗരം

ജർമ്മനിയിലെ അഞ്ചാമത്തെ വലിയ പട്ടണമാണ് ഫ്രാങ്ക്ഫർട്ട്. മെയിൻ നദിയുടെ (River Main) തീരത്തു വളർന്നു വികസിച്ച ആ മഹാനഗരത്തിലേക്കാണ് ഞങ്ങൾ യാത്ര ചെയ്യുന്നത്. ചില്ലു ജാലകത്തിൽ ഇടതടവില്ലാതെ പതിക്കുന്ന മഴത്തുള്ളികൾ പുറത്തെ കാഴ്ചകളെ മറച്ചു കൊണ്ട് തടസ്സം നിന്നതിനാൽ, സഹയാത്രികരായ ഗായികാ ഗായകന്മാർ ഒരുക്കുന്ന സംഗീത വിരുന്നും, യാത്രകൾ ഹോബിയാക്കിയവർ പങ്കിടുന്ന യാത്രാനുഭവ വിവരണങ്ങളും, ജീവിതാനുഭവങ്ങൾ ഏറെയുള്ള മമ്മൂക്കയുടെ ടിപ്പുകളും ഒക്കെ കേട്ടും ആസ്വദിച്ചും, ഞങ്ങൾ രസം പിടിച്ചിരിക്കുകയാണ്. അകമ്പടിക്കായി മഴയുടെ കുളിരുമുണ്ട്. എന്റെ ആദ്യ യൂറോപ്യൻ യാത്രയിലെ ഒരനുഭവം ഞാനും പങ്കുവെച്ചു. വർഷങ്ങൾക്ക് മുൻപ് സ്വീഡനിൽ നിന്നുള്ള മടക്കയാത്രയിൽ ഫ്രാങ്ക്ഫർട്ട് എയർപോർട്ടിൽ വന്നിറങ്ങിയതും, ഗ്രീൻ ചാനലിലൂടെ പുറത്തു കടന്ന്, മൂന്നോ നാലോ ലെവൽ അടിയിലുള്ള ഭൂഗർഭ റെയിൽവേ സ്റ്റേഷനിലെത്തിയതും, കൊളോണിലേക്ക് ട്രെയിനിൽ യാത്ര ചെയ്തതും, രണ്ടു ദിവസത്തെ ജീവിതാനുഭവങ്ങളും ഒക്കെ വിവരിച്ച ശേഷമാണ് മടക്കയാത്രയിൽ അഭിമുഖീകരിക്കേണ്ടി വന്ന ഒരനുഭവം പങ്കിട്ടത്. വിസാ കാലാവധി തെറ്റിപ്പോയ ഞങ്ങൾ മൂന്നു മലയാളികളെ ഡ്യൂട്ടിയിലുണ്ടായിരുന്ന ഒരു പോലീസ് ഓഫീസർ ലോക്കപ്പിലാക്കിയതും, ആ പോലീസുകാരന്റെ കനിവും കാര്യക്ഷമതയും കൊണ്ട് മാത്രം ഒരു മണിക്കൂറിനകം കോടതിയുടെ ഉത്തരവ് നേടിത്തന്നു കൊണ്ട്, ബുക്ക് ചെയ്ത ടിക്കറ്റിൽ, അതേ വിമാനത്തിൽ തന്നെ യാത്രചെയ്യാൻ വഴിയൊരുക്കിയതും[1] ഒക്കെ സവിസ്തരം വിവരിച്ചുകൊടുത്തു. ഒരിക്കലും മറക്കാനാവാത്ത ആ അനുഭവങ്ങൾ സമ്മാനിച്ച ഫ്രാങ്ക്ഫർട്ട് എന്ന മഹാനഗരത്തിലേക്കാണ് ഒരിക്കൽ കൂടി എത്തിച്ചേരുന്നത് എന്ന ത്രില്ലടിപ്പിക്കുന്ന മനോനിലയിലായിരുന്നു എന്റെ വിവരണം.

രണ്ടു മണിക്കൂർ സമയത്തെ യാത്രക്കൊടുവിൽ ഫ്രാങ്ക്ഫർട്ട് നഗരഹൃദയത്തിൽ Bethmannstrabe രാജവീഥിയിൽ പോൾസ്പ്ലാസ (Paulsplatz) എന്ന അതിവിശാലമായ പൗരാണിക ചത്വരത്തിൽ ബസ്സിൽ നിന്നിറങ്ങി. ഏതാനും ചുവടുകൾ നടന്നാൽ നാം എത്തിച്ചേരുക 600 വർഷത്തോളം ഫ്രാങ്ക്ഫർട്ട് സിറ്റി ഹാൾ ആയിരുന്ന റോമർ

---

1 ഫ്രാങ്ക്ഫർട്ടിലെ ലോക്കപ്പ് അനുഭവത്തിന്റെ കുറിപ്പുകൾ എന്റെ ബ്ലോഗിൽ വായിക്കാം.
https://francisdevasya.blogspot.com/2017/07/blog-post.html

• Römerberg-Frankfurt

(ROMER) എന്ന പൗരാണിക മന്ദിരത്തിനു മുന്നിലെ Römerberg എന്ന മനോഹരമായ ചത്വരത്തിലേക്കാണ്. കരിങ്കല്ല് പാകിയ നടുമുറ്റത്തിന്റെ ഏതാണ്ട് നടുവിലായി, നീതി ദേവതയുടേതെന്ന് തോന്നിക്കുന്ന വലിയൊരു ശിൽപ്പം. സെന്റ് നിക്കലാസിന്റെ പഴയ പള്ളിയും (Old St. Nicholas church) റോമർ ഉൾപ്പെടെയുള്ള തനി യൂറോപ്യൻ വാസ്തുനിർമ്മിതികളുടെ മേളനവും കണ്ട് എത്ര നേരം വേണമെങ്കിലും അവിടെ അങ്ങനെ അന്തം വിട്ടു നിന്ന് പോകുമായിരുന്നു. പക്ഷേ വയനാട്ടിലെ പഴയകാല നാൽപ്പതാം നമ്പർ മഴയെ അനുസ്മരിപ്പിക്കുന്ന, നൂലുവണ്ണത്തിലുള്ള മഴത്തുള്ളികൾ, കാറ്റിന്റെ ഒഴുക്കിൽ പെട്ട് പാറിവീഴുകയാണ്.

വീശിയടിക്കുന്ന കുളിർകാറ്റും ചാറ്റൽ മഴയും പുറം കുപ്പായങ്ങളെ അതിജീവിച്ചുകൊണ്ട് ശരീരത്തിലെ പേശീകോശങ്ങളിലേക്ക് കടന്നു കയറി ശീത യുദ്ധം പ്രഖ്യാപിച്ചിരിക്കുകയാണ്. വിറച്ച് തുള്ളിത്തുടങ്ങിയതിനാൽ പിടിച്ച് നിൽക്കാനാവാതെ സുരക്ഷിതമായ ഒരു താവളം തേടേണ്ടിവന്നു.

ആശ്വാസം തേടി നടന്നെത്തിയത് ഫ്രാങ്ക്ഫർട്ട് കത്തീഡ്രൽ എന്നറിറപ്പെടുന്ന സെന്റ് ബർത്തലോമിയ പള്ളിയിലേക്കാണ് (St. Bartholomew's Emperor's Cathedral) അതിന്റെ തറനിരപ്പിനു താഴെ ഗർഭ ഗേഹത്തിലെവിടെയോ കനലെരിയുന്നുണ്ട്. അവിടെ നിന്നുള്ള കുന്തിരിക്കത്തിന്റെ മണമുള്ള ഉഷ്ണവായു പ്രവാഹത്തിൽ പള്ളിക്കകം തണുപ്പിന്റെ പിടിയിൽ നിന്നും മുക്തമാണ്. വായുപ്രവാഹത്തിന് വഴിയൊരുക്കുന്ന അഴിയിട്ട ചാലുകൾക്ക് മീതെ ചൂടിന്റെ സുഖമറിഞ്ഞുകൊണ്ട് ആരും നിന്നുപോകും. അങ്ങനെ കുറേനേരം നിന്നും ഇരുന്നും ഒക്കെ തണുപ്പിന്റെ ഭീഷണിയെ അതിജീവിച്ചതിനു ശേഷമാണ് പള്ളിയിലെ കാഴ്ചകൾ പോലും കണ്ടത്.

ഏതെങ്കിലും ഒരു ബിഷപ്പിന്റെ ആസ്ഥാന ദേവാലയമായതുകൊണ്ടല്ല മറിച്ച് ജർമ്മനിയിലെ ഹോളി റോമൻ ചക്രവർത്തിമാരുടെ (Holy Roman Empire of the German Nation) കിരീട ധാരണം നടന്നിരുന്ന പള്ളി എന്ന നിലയിലാണ് ഇത് ഫ്രാങ്ക്ഫർട്ട് കത്തീഡ്രൽ എന്നറിയപ്പെടുന്നത്. ചരിത്ര ഗവേഷകർ ഏഴാം നൂറ്റാണ്ടു മുതലുള്ള പഴമ വിധിക്കുമെങ്കിലും, മധ്യ ശതകങ്ങളിലെ പ്രസിദ്ധമായ ഗോത്തിക്ക് ശൈലിയിൽ പുനർ നിർമ്മാണം നടത്തിയിട്ടാണ് ഫ്രാങ്ക്ഫർട്ടിലെ ഏറ്റവും വലിയ ഈ പള്ളി പടുത്തുയർത്തിയിരിക്കുന്നത്. രണ്ടാം ലോക മഹാ യുദ്ധത്തിൽ റോയൽ എയർ ഫോഴ്സിന്റെ ബോംബാക്രമണത്തിൽ തകർന്നടിഞ്ഞ നഗരത്തിലെ ആയിരക്കണക്കിന് കെട്ടിടങ്ങൾക്കൊപ്പം ഈ ദേവാലയവും നിശേഷം നശിച്ചിരുന്നു. 1950 കളിലാണ് പിന്നീട് ദേവാലയം പുനർ നിർമ്മിച്ചത്. പുരാതന ദേവാലയത്തിന്റെ ചരിത്ര ശേഷിപ്പുകൾ പോലും വരും തലമുറക്കായി സംരക്ഷിച്ചിരിക്കുന്ന ദേവാലയത്തോട് വിട പറഞ്ഞത് ഫ്രാങ്ക് ഫർട്ടിന്റെ വരദാനമായ മെയിൻ നദിക്കരയിലെ കാഴ്ചകളിലേക്കായിരുന്നു.

മെയിൻ നദിക്കരയിൽ അൽപ്പനേരം

നടന്നെത്തിയത് മെയിൻ നദിക്കരയിലേക്കാണ്. ജർമ്മനിയുടെ തെക്ക് കിഴക്കൻ പ്രവിശ്യയായ ബവേറിയയിലെ Fichtel മലനിരകളിൽ നിന്നും ഉത്ഭവിച്ച് 525 കി മി ദൂരം ജർമ്മനിയിലൂടെ വളഞ്ഞു പുളഞ്ഞ്

ഒഴുകി, റൈൻ (Rhine) എന്ന സുന്ദരിയുമായി സംഗമിക്കാൻ വടക്കോട്ട് കുതിക്കുന്ന നദി. അവിടുന്നങ്ങോട്ട് റൈൻ എന്ന 'ഇമ്മിണി വെല്യ' നദിയായി ജർമ്മനിയുടെ അതിർത്തി കടന്ന് നെതർലാന്റിലൂടെ വാൽ (Waal) എന്ന പേരുമായി പടിഞ്ഞാറോട്ട് ഒഴുകി നോർത്ത് സീയിൽ വിലയം പ്രാപിക്കുകയും ചെയ്യുന്ന യൂറോപ്പിലെ ഒരു മഹാനദിയുടെ പ്രധാന പോഷക നദി. യൂറോപ്യൻ നാഗരികതയുടെ ഉൾത്തുടിപ്പുകൾ നെഞ്ചേറ്റിയ ആ മഹാനദിയുടെ കരയിലേക്കാണ് ഞങ്ങൾ നടന്നെത്തിയിരിക്കുന്നത്.

പുഴയോരം ചേർന്ന് ഒരു ഹൈവേയുണ്ട്. Mainkai 7 -10 എന്നാണ് അതിന് പേരിട്ടിരിക്കുന്നത്. മെയിൻ നദിയുടെ തീരം എന്നോ മറ്റോ ആയിരിക്കാം അതിന്റെ അർത്ഥം. ഫ്രാങ്ക് ഫർട്ടിന് തന്നെ ഫ്രാങ്ക്ഫർട്ട് ആം മെയിൻ എന്നാണല്ലോ മുഴുവൻ പേര്. മെയിൻ നദിക്കരയിലെ പട്ടണം എന്നായിരിക്കണം അതുകൊണ്ടു അർത്ഥമാക്കുന്നത്. അത്ര മാത്രം പ്രാധാന്യവും പരിഗണനയും ആണ് ഈ നദിക്കു കല്പിക്കപ്പെട്ടിരിക്കുന്നത് .

Mainkai 7 -10 റോഡിൽ Alte Brucke പാലത്തിനടുത്താണ് എത്തിയിരിക്കുന്നത്. വലതു ഭാഗത്തേക്കുള്ള റോഡ് ഗതാഗതം തടഞ്ഞു കൊണ്ട് താൽക്കാലിക ബാരിക്കേഡുകൾ സ്ഥാപിച്ചിട്ടുണ്ട്. ആ റോഡ് മുറിച്ചു കടന്ന് Alte Brucke പാലത്തിന്റെ എതിർ ദിശയിൽ പുഴക്കരയിലെ പുൽത്തകിടിയിലൂടെ മുന്നോട്ടു നടന്നു. വെറും പുൽത്തകിടിയല്ല. ഇടയ്ക്കിടെ ഇലപൊഴിയാറായ തണൽ മരങ്ങളുണ്ട്. പുൽത്തകിടിയുടെ നടുവിലൂടെ ഒരു റെയിൽ പാളം പോകുന്നുണ്ട്. റോമർ ചത്വരത്തിലെ സെന്റ് നിക്കോളാസ് പള്ളിയുടെ സ്തൂപികാഗ്ര മുഖവാരം ഉയർന്നു നിൽക്കുന്നത് കാണാം. അതിനു നേരെ പുഴക്ക് കുറുകെ നിർമ്മിച്ചിരിക്കുന്ന Eiserner steg എന്ന നടപ്പാലമാണ് ലക്ഷ്യം. നിറം മങ്ങി കൊഴിയാൻ കാത്ത് നിൽക്കുന്ന മഞ്ഞയിലകളുമായി പുൽത്തകിടിയിലെ തണൽ മരങ്ങൾ സ്വാഗതമോതുന്നു. മഴയ്ക്ക് നേരിയ ശമനം ഉണ്ടെന്നു പറയാം. പക്ഷേ അപ്പോഴും മരങ്ങൾ പെയ്യുന്നുണ്ട്. അതുകൊണ്ട് പുഴയോരത്തെ നടപ്പാതയിലേക്ക് ഇറങ്ങി നടപ്പു തുടർന്നു. പുഴയുടെ തീരം ചേർന്ന് Primus-line എന്ന് പേരുള്ള ക്രൂയിസ് ബോട്ടുകൾ നിരനിരയായി കിടക്കുന്നു. മഴകാരണം സഞ്ചാരികൾ ആരും കയറാത്തതിനാൽ വിശ്രമിക്കുകയാവാം. മറുകരയിൽ ഒരു പള്ളിയുടെ മുഖവാരം ആകാശം തുളച്ച് ഉയർന്നു നിൽക്കുന്നത് കാണാനുണ്ട്. പത്തൊൻപതാം നൂറ്റാണ്ടിൽ നീയോ ഗോഥിക് ശൈലിയിൽ നിർമ്മിച്ച Dreikönigskirche എന്ന പ്രൊട്ടസ്റ്റന്റ് ദേവാലയമാണത്.

• മെയിൻ നദിക്കരയിൽ

മഴ വീണ്ടും പെയ്തു തുടങ്ങി. അതുകൊണ്ട് മെയിൻ നദിക്കരയിൽ കുടചൂടി നിൽക്കുന്ന ഏതാനും ചിത്രങ്ങൾ പകർത്തി. ദൂരക്കാഴ്ചകൾക്കു ദൃശ്യഭംഗിയുണ്ടെങ്കിലും ചിതങ്ങൾക്ക് വ്യക്തത വേണമെങ്കിൽ നല്ല പ്രകാശം വേണമല്ലോ. ചൂടും പ്രകാശവും തല്ക്കാലം കൊതിച്ചിട്ടു കാര്യമില്ലെന്നറിയാം. ആയതിനാൽ 'ഉള്ളതുകൊണ്ട് ഓണം പോലെ' എന്ന ലൈനിൽ മെയിൻ നദിക്കരയിലെ ഓർമ്മചിത്രങ്ങൾ പിറവിയെടുത്തു കൊണ്ടേയിരുന്നു.

കാൽനട സഞ്ചാരികൾ ആരുമില്ലാതെ Eiserner steg പാലം പുഴയ്ക്കുകുറുകെ വിങ്ങിപ്പൊട്ടുന്നുവോ?. ഇതാ ഞങ്ങൾ വരവായി. അങ്ങ് ദൂരെ ദൈവത്തിന്റെ സ്വന്തം നാട്ടിൽ നിന്നുള്ള സഞ്ചാരികൾ. അസ്ഥി കോച്ചുന്ന കൊടും തണുപ്പിലും ഈ കാഴ്ചകൾ ഞങ്ങൾക്ക് കണ്ടേ മതിയാകൂ. നാളെ ഞങ്ങൾ മറ്റൊരു കാഴ്ചയിലേക്ക് പ്രയാണം തുടരു മല്ലോ.

അൽപ്പം മുന്നിലായി ബസ്സ് കാത്തിരുപ്പു കേന്ദ്രം പോലെ ഒരു സസ്യ കുടീരം. പക്ഷെ റോഡിൽ തന്നെയാണ് അത് സ്ഥാപിച്ചിരിക്കുന്നത്. സൂക്ഷ്മ നിരീക്ഷണത്തിൽ അതൊരു പോർട്ടബിൾ സംവിധാനമാണെന്നു കാണാം. ഉരുട്ടി മാറ്റാവുന്ന റോളറുകളിലാണ് അതിന്റെ അടിത്തറ. വിവിധ തരം വള്ളിച്ചെടികൾ വളർന്നു പടർന്നു കിടക്കുന്ന ഒരു

വള്ളിക്കുടിൽ പോലെയുണ്ട്. മുന്തിരിക്കുലകൾ പോലെ കായ്ച്ച തൂങ്ങി കിടക്കുന്ന ഏതോ ഒരു വള്ളിച്ചെടികൊണ്ടുള്ള മേലാപ്പ്. ആകെപ്പാടെ അതിന്റെ സെറ്റപ്പ് കൊള്ളാം. ഒരു നല്ല ഫോട്ടോ ഷൂട്ട് ലൊക്കേഷൻ പോലെ. പലരും അതിൽ കയറി വിവിധ പോസുകളിൽ ചിത്രങ്ങൾ എടുത്തു. അതിന്റെ വലതു വശത്തു കണ്ട ഒരു പോസ്റ്ററിൽ ഇങ്ങനെ കുറിച്ചിരിക്കുന്നു. Klima Anpaasung. അതിന്റെ അർത്ഥം ഗൂഗിൾ പറഞ്ഞു തന്നത് Climate change adaption എന്നാണ്. ഏതോ പരിസ്ഥിതി സംഘടനയുടെ നിർമ്മിതിയാണ്. കാലാവസ്ഥ വ്യതിയാനത്തിന്റെ ആശങ്കകൾ പങ്ക് വെക്കുന്ന ബോധവൽക്കരണമാണ് ലക്ഷ്യം. (Climate change adaptation is a response to global warming. SDG13 targets to strengthen countries' resilience and adaptive capacities to climate-related issues).

ഞങ്ങൾ നടപ്പാലത്തിലേക്കു നടന്നു. 1868 ൽ പണി പൂർത്തിയാക്കിയ ഒരു ഇരുമ്പു പാലമാണ് ഇത്. ഫ്രാങ്ക്ഫർട്ട് നഗര ഹൃദയത്തിൽ ഇരു കരകളേയും പരസ്പരം ബന്ധിപ്പിക്കുന്ന നടപ്പാലം. അതിന്റെ വശങ്ങളിലെ ഇരുമ്പഴികളിലും ധാരാളം താഴുകൾ പൂട്ടിയിട്ടിരിക്കുന്നത് കാണാം. കൊളോണിലെ ആർച്ച് പാലത്തിൽ കണ്ടത് പോലെ അത്രയധികം ഒന്നും ഇല്ലെന്നു മാത്രം. ഇണകൾ ഒരുമിച്ച് വന്ന് താഴിട്ടു പൂട്ടി താക്കോൽ നദിയിലേക്കു എറിയുകയാണത്രെ. സുദൃഢമായ ദാമ്പത്യ ബന്ധത്തിന്റെ പ്രതിജ്ഞ ചൊല്ലിക്കൊണ്ട് താഴ് പൂട്ടി വലിച്ചെറിഞ്ഞ എത്രയോ താക്കോലുകളാവും മെയിൻ നദിയുടെ ആഴക്കയങ്ങളിൽ വിലയം പ്രാപിച്ചിട്ടുണ്ടാവുക.

ജർമ്മൻ ജനാധിപത്യത്തിന്റെ സ്മരണകൾ ഉയർത്തുന്ന പോൾസ് ചത്വരം

മെയിൻ നദിക്കരയിൽ നിന്നും റോമർ ചത്വരത്തിലേക്ക് (Römerberg plaza) മടങ്ങിയെത്തി. ഇനിയുള്ള രണ്ടു മണിക്കൂർ ഷോപ്പിങ്ങിന് അനുവദിച്ച സമയമാണ്. മഴയുണ്ടെങ്കിലും വ്യാപാര സ്ഥാപനങ്ങൾ മിക്കതും തുറന്നുവെച്ചിട്ടുണ്ട്. ഏതാനും വെച്ച് വാണിഭക്കാർ താൽക്കാലിക മേൽക്കൂരയുടെ സുരക്ഷയിൽ കൗതുക വസ്തുക്കളുമായി കാത്തിരിക്കുന്നു. സഞ്ചാരികൾ നന്നേ കുറവാണ്. ഞങ്ങളെപ്പോലെ കുറച്ച് വിദേശികൾ പെട്ട്പിഴച്ച് എത്തിയിട്ടുണ്ട്. അത്ര മാത്രം. കടകളിലൊക്കെ കയറി ഇറങ്ങി വില ചോദിച്ചും പേശിയും ഒക്കെ പലരും പല വഴിക്ക് തിരിഞ്ഞു. ഏഴ് മണിക്ക് വീണ്ടും ആ ചത്വരത്തിന്റെ നടുവിലുള്ള ശിൽപ്പത്തിന്റെ ചുവട്ടിലെത്താനാണ് ടൂർ മാനേജർ സവിതയുടെ നിർദ്ദേശം.

• Paulsplatz Frankfurt

വായനാട്ടുകാരോടൊപ്പം തന്നെ ഞാനും കൂടി. ചത്വരത്തിന്റെ പ്രവേശന കവാടത്തിലേക്ക് നടന്ന് Bethmannstrabe എന്ന രാജവീഥിയിലെത്തി. മനോജ്ഞമായ ഒരു കാഴ്ചയാണ് മുന്നിൽ. ജർമ്മൻ ജനാധിപത്യത്തിന്റെ സ്മരണകൾ ഉയർത്തുന്ന (ജനാധിപത്യ മാതൃകയിൽ തെരഞ്ഞെടുത്തവരുടെ ആദ്യ സമ്മേളനമായ 1848 ലെ ഫ്രാങ്ക്ഫർട്ട് പാർലമെന്റ് നടന്ന സ്ഥലം) Paulskirche എന്ന സെന്റ് പോൾസ് പള്ളിയാണ് ഒരു പ്രധാന കാഴ്ച. ഇപ്പോൾ അതൊരു പള്ളിയല്ല. ഒരു ചരിത്ര മ്യൂസിയവും സവിശേഷ സമ്മേളനങ്ങളുടെ വേദിയും മാത്രമാണ്. അതിന്റെ തിരുമുറ്റത്തായി 1903 ൽ പണിതുയർത്തിയ യൂണിറ്റി മെമ്മേറിയൽ തല ഉയർത്തി നിൽക്കുന്നു. പരിസരമാകട്ടെ ആകെപ്പാടെ അണിഞ്ഞൊരുങ്ങി നിൽപ്പാണ്. കാൽനടക്കാർക്ക് മാത്രമായി പരിമിതപ്പെടുത്തിയ കല്ല് പാകിയ അതിവിശാലമായ പോൾസ് ചത്വരം. വരിയൊപ്പിച്ച് നട്ടുവളർത്തിയ പ്ലെയ്ൻ മരങ്ങൾ (plane trees) കുടിയാകുമ്പോൾ അതിന്റെ മാറ്റ് കൂട്ടുന്നു. ജർമ്മനിയിലെ ഏറ്റവും വലിയ ഔട്ട്ഡോർ ക്രിസ്തുമസ്സ് മാർക്കറ്റ് ഇവിടെയാണ് അരങ്ങേറുന്നത്.

പോൾസ് ചത്വരം കടന്ന് ബെർലിനെർ തെരുവിലൂടെ (Berliner Straße) കുറച്ച് നേരം കറങ്ങി നടന്നു. മഴയുടെ കാഠിന്യവും അസഹ്യമായ തണുപ്പിന്റെ ആക്രമണവും ഉണ്ടായപ്പോൾ ഒരു സുവനീർ കടയിൽ കയറി. കുക്കു ക്ലോക്കുകളും ജർമ്മനിയുടെ കരകൗശല നിർമ്മിതികളും അവിടെ വിൽപ്പനക്ക് തയ്യാർ. പോക്കറ്റിനിണങ്ങുന്ന ചിലതെല്ലാം വാങ്ങി പുറത്തിറങ്ങി. തിരികെ നടന്ന് റോമർബെർഗ്ഗിലെത്തുമ്പോൾ ഷോപ്പിംഗ് മതിയാക്കിയ പലരും അവിടെ ഒരു കഫേയുടെ മുന്നിലുള്ള

കസേരകളിൽ കാത്തിരിക്കുന്നുണ്ടായിരുന്നു. അകത്തു കയറിയാൽ അതൊരു ബാറാണ്. പുറത്തുള്ളവർക്കും കോഫിയും ബിയറും ഒക്കെ വിതരണം ചെയ്യും. ഓരോ ചൂടൻ കാപ്പി വാങ്ങി കുടിച്ചുകൊണ്ട് മറ്റുള്ള വർക്കായി കാത്തിരുന്നു.

എല്ലാവരും തിരികെ എത്തിക്കഴിഞ്ഞപ്പോൾ ഞങ്ങൾ ബെത്മാൻസ് തെരുവിലേക്ക് നടന്നു. അവിടെ നിന്നും ഒരു ഫർലോങ് ദൂരം പടിഞ്ഞാ റോട്ടു നടന്നപ്പോൾ അത്താഴം ഏർപ്പാടാക്കിയ ഹോട്ടലിലെത്തി. അരിയാഹാരം ഉൾപ്പെടെ വിഭവ സമൃദ്ധമായ അത്താഴം കഴിച്ചശേഷം താമസം ഒരുക്കിയ ഹോട്ടലിലേക്ക് മടങ്ങി.

ബ്ലാക്ക് ഫോറസ്റ്റിലൂടെ

ഫ്രാങ്ക്ഫർട്ടിലെ nh ഹോട്ടലിൽ നിന്നും പ്രഭാതഭക്ഷണത്തിനു ശേഷം യാത്ര ആരംഭിച്ചു. ജർമ്മനിയുടെ തെക്കുപടിഞ്ഞാറ് ഭാഗത്തായി സ്വിറ്റ്സർലാൻഡ് അതിർത്തിയോളം വ്യാപിച്ചു കിടക്കുന്ന ബ്ലാക്ക് ഫോറസ്റ്റ് ഏരിയയിലെ അതിപ്രശസ്തമായ ചില ടൂറിസ്റ്റ് കേന്ദ്രങ്ങൾ സന്ദർശിച്ച ശേഷം സൂറിച്ചിൽ എത്തിച്ചേരണം എന്ന ലക്ഷ്യത്തോടെ യാണ് അഞ്ചാം ദിവസത്തെ യാത്ര. മുന്നൂറ് കിലോമീറ്ററോളം അകലെ യുള്ള റ്റിറ്റിസി തടാകക്കരയിലേക്കാണ് ആദ്യം എത്തിച്ചേരേണ്ടത്.

ആകാശം വേണ്ടത്ര തെളിമയുള്ളതല്ലെങ്കിലും മഴപെയ്യുന്നില്ല എന്നത് വലിയൊരു ആശ്വാസമാണ്. ഇന്നലെ നെതർലാൻഡ്സിൽ നിന്നും പുറപ്പെട്ടപ്പോൾ തുടങ്ങിയ മഴയാണ്. കൊളോണിലേയും ഫ്രാ ങ്ക്ഫർട്ടിലേയും കാഴ്ചകളെ മഴ സാരമായി ബാധിച്ചിരുന്നു. എങ്കിലും ഒരിക്കലും മറക്കാനാവാത്ത യൂറോപ്പിലെ മഴയനുഭവങ്ങൾ ഉണ്ടായി എന്നതാണ് ഒരാശ്വാസം. ഇന്ന് മഴയുണ്ടാവില്ല എന്ന് തന്നെയാണ് കാലാവസ്ഥ പ്രവചനവും.

പ്രകൃതിരമണീയമായ പുറംകാഴ്ചകൾക്ക് തടസ്സങ്ങൾ ഒന്നും ഇല്ലാ ത്തതിനാൽ കണ്ണും ക്യാമറയും തുറന്നുവെച്ച് വഴിയോരകാഴ്ചകൾ ക്ലിക്ക് ചെയ്യാനായി കാത്തിരിക്കുകയാണ്. എത്ര പെട്ടെന്നാണ് കാഴ്ചകളി ലേക്ക് വൈവിധ്യം കടന്നുവരുന്നത്. അംബരചുംബികളായ ബഹുനില മന്ദിരങ്ങൾ നിറഞ്ഞ നഗര പ്രദേശത്തിനു പകരം, സമൃദ്ധിയുടെ അടയാ ളമായി പാകപ്പെട്ടു കിടക്കുന്ന കാർഷിക വിളകളാൽ അലംകൃതമായ കൃഷിഭൂമിയാണ് ഇപ്പോഴുള്ള കാഴ്ച. ഏക്കറുകണക്കിന് നിരപ്പാർന്ന കൃഷിയിടങ്ങൾക്കിടയിൽ ഒറ്റപ്പെട്ട ഗ്രാമങ്ങൾ. ഏതാനും വീടുകളും ഫാം ഹൌസുകളും. റൈൻ നദിയുടെ ദാനമായ ഫലസമ്പന്നതയുടെ

• Offenburg Germany

വിളനിലങ്ങളാണ് അവിടെ കാണുന്നതെല്ലാം.

വിളഞ്ഞു കിടക്കുന്ന ഗോതമ്പ് പാടങ്ങൾക്ക് അതിരിട്ടുകൊണ്ട് ഹരിതസമൃദ്ധമായ മരങ്ങൾ വളർന്നു നിൽക്കുന്നുണ്ട്. ആ ചെറുവനങ്ങളുടെ പശ്ചാത്തലത്തിൽ അങ്ങ് ദൂരെയായി തല ഉയർത്തി നിൽക്കുന്ന മാമലകളുണ്ട്. വിവിധ വർണ്ണങ്ങൾ മേളിക്കുന്ന കൃഷിയിടങ്ങൾക്ക് നടുവിലൂടെ നേർരേഖ പോലെ റോഡ്. നിരപ്പാർന്ന റോഡിലൂടെ സുഖകരമായ യാത്ര. കൊയ്ത്തു കഴിഞ്ഞ കൃഷിയിടങ്ങൾ ഉഴുത് മറിച്ച് അടുത്ത കൃഷിക്കായി ഒരുക്കിയിരിക്കുന്ന കാഴ്ചയുണ്ട്. സമനിരപ്പാർന്ന ആ കൃഷിയിടങ്ങളും മരക്കൂട്ടങ്ങളും ഒക്കെ നമ്മുടെ വയനാട്ടിലെ താഴ്വാരങ്ങളുടെ പ്രതീതിയുണർത്തുന്നുണ്ട്.

യാത്രക്കിടയിൽ ഒഫൻബെർഗ് (Offenburg) നഗര പ്രാന്തത്തിലെ ഒരു വഴിയോര വിശ്രമ കേന്ദ്രത്തിൽ വണ്ടി നിന്നു. പെട്രോൾ പമ്പും ഒരു സൂപ്പർമാർക്കറ്റും ഒക്കെ അവിടെയുണ്ട്. രണ്ടു മണിക്കൂറിലധികം നീണ്ട യാത്രകൾക്കിടയിൽ ഇത്തരം ഒരു ബ്രേക്ക് യൂറോപ്പിലെ യാത്രകളിൽ പതിവാണ്. ഇത്തരം ഇടവേളകളിൽ യാത്രികരുടെ പ്രധാന ആവശ്യം റെസ്റ്റ് റൂമുകൾ ആണ്. (നടൻ ഭാഷയിൽ മൂത്രപ്പുര) ഒരു യൂറോയുടെ ടിക്കറ്റെടുത്ത് വേണം കാര്യം സാധിക്കാൻ. അറിയിപ്പുകളും പരസ്യവും ഒക്കെ തെളിയുന്ന മോണിറ്ററുകൾ ഉള്ള ബാത്റൂം ഫിറ്റിങ്സ് ആദ്യമായി നേരിൽ കണ്ടു. അത് മാത്രമല്ല ഒഫൻബർഗ്ഗിലെ സൂപ്പർമാർക്കറ്റിൽ ഒരു പ്രത്യേക ഓഫർ ഉണ്ടായിരുന്നു. ടോക്കൺ എടുത്ത് കാര്യം സാധിച്ച

തിരിച്ച് വരുമ്പോൾ ഒരു ഗിഫ്റ്റ് വൗച്ചർ കിട്ടും. ഏതാണ്ട് ഒരു യൂറോ വിലയുള്ള ഒരു സമ്മാനം ഓഫർ കൗണ്ടറിൽ ചെന്നാൽ നമുക്ക് തിര ഞ്ഞെടുക്കാം. നമ്മുടെ മുടക്ക മുതൽ തിരികെ കിട്ടും എന്നർത്ഥം. ഒരു വെടിക്ക രണ്ടു പക്ഷി.

യാത്ര തുടരവേ Freiburg എന്ന പ്രസിദ്ധമായ പൗരാണിക മലയോര നഗരത്തിന്റെ ഹൃദയത്തിലൂടെ (Münsterplatz) കടന്നു പോകുന്നുണ്ട്. ബ്ലാക്ക് ഫോറെസ്റ്റ് ഏരിയയിലെ പ്രസിദ്ധമായ ഒരു യൂണിവേഴ്സിറ്റി നഗരമാണ് ഇത്. മധ്യ ശതകങ്ങളിലെ യൂറോപ്യൻ വാസ്തു കലയുടെ മഹോന്നത നിർമ്മിതികൾ കണ്ടുകൊണ്ടുള്ള യാത്ര അവിസ്മര ണീയമാണ്. ആ കാഴ്ചകൾ കണ്ട് ഇരിക്കപ്പൊറുതിയില്ലാതായ സക്കറിയ സാറാണെന്ന് തോന്നുന്നു "ഞങ്ങളെ ഇവിടെ ഒന്ന് ഇറക്കി വിടാമോ" എന്ന് ചോദിക്കുന്നുണ്ടായിരുന്നു. ബാക്ക് ബെഞ്ചേഴ്സ് അതിനെ സപ്പോർട്ട് ചെയ്തു. അത്രയ്ക്ക് നയന മനോഹരമാണ് ഡ്രെയ്സാം നദിയുടെ (Dreisam) ഇരു കരകളിലുമായി പടുത്തുയർത്തിയ ആ പുരാതന നഗരം.

പൊടുന്നനവേ കുന്നും മലകളും മരങ്ങളും നിറഞ്ഞ മലഞ്ചെരുവുക ളിൽ എത്തിയിരിക്കുന്നു. വിശാലമായ പുൽമേടുകളിൽ മേഞ്ഞുനടക്കുന്ന സ്വതന്ത്രരായ പശുക്കളെയും ആട്ടിൻ പറ്റങ്ങളെയും പലയിടങ്ങളിലും കാണാം. ഗ്രാമീണതയുടെ എല്ലാ പരിശുദ്ധിയും കാത്തുസൂക്ഷിക്കുന്ന ഭൂപ്രദേശം.

ഭൗമശാസ്ത്രപരമായ സവിശേഷതകൾക്ക് മാറ്റമുണ്ടാകുന്നത് എത്ര പെട്ടെന്നാണ്. വലിയ പാറക്കുന്നുകൾക്കിടയിലൂടെയാണ് ഇപ്പോൾ സഞ്ചരിക്കുന്നത്. പാറകൾ അരിഞ്ഞിറക്കിയാണ് റോഡ് നിർമ്മിച്ചി രിക്കുന്നത്. ഒരു വശം അഗാധമായ കൊക്കയാണ്. കല്ലും മണ്ണും ഒന്നും റോഡിലേക്ക് പതിക്കാതിരിക്കാൻ വേണ്ടി സുദൃഢമായ കമ്പിവേലി യുടെ സുരക്ഷയും ഒരുക്കിയിട്ടുണ്ട്.

റോഡിന് സമാന്തരമായിതന്നെ ഒരു റെയിൽപാളം പോകുന്നുണ്ട്. പലസ്ഥലങ്ങളിലും പാറ തുളച്ചുണ്ടാക്കിയ തുരങ്കത്തിലൂടെയാണ് ആ പാളം കടന്നു പോകുന്നത്. മലയിടുക്കുകളിലാകട്ടെ വയാഡക്റ്റുകൾ പോലെ വലിയ തൂണുകൾക്കു മുകളിലൂടെയും. ഇടതൂർന്ന ഹരിതസസ്യ ങ്ങൾ നിറഞ്ഞുനിൽക്കുന്ന സമൃദ്ധമായ വനമാണ്. ജർമ്മനിയിലെ പ്ര സിദ്ധമായ ബ്ലാക്ക് ഫോറസ്റ്റ് ലൂടെയാണ് ഇപ്പോൾ യാത്ര ചെയ്യുന്നത്. സമുദ്ര നിരപ്പിൽ നിന്നും 4898 അടി ഉയരത്തിൽ 160 കി മി നീളവും 50 കി മി വീതിയുമുള്ള നിബിഡ വനം. കറുത്ത നിറമുള്ള പൈൻ മരങ്ങൾ

• ബ്ലാക് ഫോറസ്റ്റിലെ ചുരം പാതകൾ

വളരുന്ന നിബിഡ വനമായതിനാലാണ് ഇത് ബ്ലാക്ക് ഫോറസ്റ്റ് എന്ന് പ്രസിദ്ധമായത്.

ശാസ്ത്രീയമായി നിർമ്മിച്ച ഹെയർപിൻ വളവുകളുള്ള ചുരം റോഡിലൂടെയാണ് യാത്ര മുന്നേറുന്നത്. റോഡ് സംരക്ഷണത്തിനുവേണ്ടി മലയുടെ ചെരിവിടങ്ങളിൽ വളരെ ഉയരത്തിൽ കെട്ടി ഉയർത്തിയ കരിങ്കൽ/കോൺക്രീറ്റ് സംരക്ഷണഭിത്തി കാണാം. ചുരം കയറി എത്തുന്നത് അതി പ്രശസ്തമായ ഒരു ടൂറിസ്റ്റ് കേന്ദ്രത്തിലേക്കാണ്. ബ്ലാക്ക് ഫോറസ്റ്റിന്റെ നെറുകയിൽ സഞ്ചാരികൾക്കായി പ്രകൃതി ഒരുക്കിയ അത്ഭുതക്കാഴ്ചയിലേക്ക്.

റ്റിറ്റിസ്സി അഥവാ ജർമ്മനിയിലെ പൂക്കോട്ട തടാകം

ജർമ്മനിയിലെ ഫ്രാങ്ക്ഫർട്ടിൽ നിന്നും സ്വിസ്സ്റ്റർലാൻഡിലേക്കുള്ള യാത്രാമധ്യേ 6000 ച.കി.മി വിസ്തൃതിയുള്ള ബ്ലാക്ക് ഫോറസ്റ്റിലെ ചുരം പാതകൾ കയറി എത്തിച്ചേരുന്നത് ലോക പ്രസിദ്ധമായ ഒരു തടാക ക്കരയിലേക്കാണ്.

സമുദ്ര നിരപ്പിൽ നിന്നും 2770 അടി ഉയരത്തിൽ സ്ഥിതി ചെയ്യുന്നതും, ഒരു ചതുരശ്ര കിലോമീറ്ററിലധികം വിസ്തീർണ്ണവും (320 ഏക്കർ), ശരാശരി 20 മീറ്റർ ആഴവുമുള്ള റ്റിറ്റിസ്സി (Titisee) ശുദ്ധജല തടാകം. മലമടക്കുകൾക്കിടയിൽ പ്രകൃതി ഒരുക്കിയ അതി മനോഹരമായ ഒരു ദൃശ്യ വിരുന്ന് തന്നെയാണ് റ്റിറ്റിസി. അത് കാണാനായി എത്രയോ ലോകസഞ്ചാരികളാണ് നിത്യേന ഇവിടേക്കെത്തുന്നത്.

ചരിത്രാതീത കാലഘട്ടത്തിൽ ഉണ്ടായ ഹിമപാതങ്ങളുടെ അവശിഷ്ടങ്ങൾ അടിഞ്ഞുകൂടി തിണ്ടുകൾ രൂപപ്പെട്ട് മലയിടുക്കുകൾക്കിടയിൽ സ്വാഭാവികമായി രൂപംകൊണ്ട ജലാശയമാണിത്. ബ്ലാക്ക് ഫോറസ്റ് ഏരിയയിലെ നട്ടുച്ച വെയിലിന്റെ ചൂടിനെ തോൽപ്പിക്കുന്ന കുളിർകാറ്റിന്റെ തലോടലിൽ മനസ്സും ശരീരവും തണുക്കുന്ന സുഖകരമായ അനുഭവത്തോടൊപ്പം ബഹുവർണ ഛായാചിത്രം പോലെ മനോഹരമായ പ്രകൃതി ദൃശ്യങ്ങളും കൂടിയാകുമ്പോൾ ഏതൊരു സഞ്ചാരിയും സായൂജ്യമടയും. ബോട്ടുയാത്ര ഉൾപ്പെടെ ജലകേളികൾക്കുള്ള ധാരാളം സംവിധാനങ്ങൾ അവിടെ ഒരുക്കിയിട്ടുണ്ട്. മരാളങ്ങൾ നീന്തിതുടിക്കുന്ന നീല ജലാശയത്തിന്റെ കുഞ്ഞോളപ്പരപ്പുകളിൽ ബ്ലാക് ഫോറസ്റ്റ് മലനിരകളുടെ നിഴൽ രൂപങ്ങൾ ലയിച്ചു ചേരുന്ന മനോഹരമായ ദൃശ്യം പകർത്തികൊണ്ടു നിൽക്കുമ്പോഴാണ് ഉച്ച ഭക്ഷണത്തിനായി ക്ഷണിക്കുന്നത്.

ഹെക്സ (Hexa) എന്ന വിശേഷപ്പെട്ട ഒരു പ്രാദേശിയ വിഭവം തയ്യാറാക്കികൊടുക്കുന്ന ഒരു റെസ്റ്റ്റന്റിലേക്കാണ് നടന്നന്നെത്തിയത്. ചെറുതായി മഴ ചാറിത്തുടങ്ങിയിരിക്കുന്നു. അതിനെ അവഗണിച്ചുകൊണ്ട് മരത്തണലിൽ നിരത്തിയ മേശക്ക് ചുറ്റിലുമായി കാത്തിരുന്നു. മഴ കൊള്ളാതെ ഇരിക്കണമെങ്കിൽ സമീപത്തായി ഒരു ചില്ലുകൂടാരമുണ്ട്. ചിലരൊക്കെ അതിനുള്ളിലും ഇരിപ്പുറപ്പിച്ചിട്ടുണ്ട്. ഭകഷണത്തിന് അൽപ്പം താമസമുണ്ടെന്ന അറിയിപ്പ് കിട്ടിയപ്പോൾ തൊട്ടടുത്തുള്ള സുവനീർ ഷോപ്പിലേക്ക് നടന്നു. വനവിഭവങ്ങളാണ് അവിടെ പ്രദർശിപ്പിച്ചിട്ടുള്ള പ്രധാന വിൽപ്പന സാധനങ്ങൾ. മരത്തടിയിലുള്ള കൗതുക വസ്തുക്കളും മറ്റ് ഉൽപ്പന്നങ്ങളും ആകർഷകമായി വിന്യസിച്ചിരിക്കുന്നു. അതു കൂടാതെ നല്ല നാടൻ വാറ്റു ചാരായവും, വൈനും ഒക്കെ അവിടെ കിട്ടും. മ്യൂസിയങ്ങളിൽ എത്തുന്ന കാഴ്ചക്കാരെപ്പോലെ എല്ലാം നോക്കിക്കണ്ടു നടന്നതേയുള്ളൂ. അത്ര വലിയ വിലയാണ് എല്ലാറ്റിനും.

ഭക്ഷണം റെഡിയായി എന്നറിയിപ്പ് കിട്ടി. ചെറു കൂട്ടങ്ങളായി മരത്തണലിലെ മേശക്ക് ചുറ്റും ഇരുന്ന് വയറുനിറയെ കഴിച്ചു. എരുവും പുളിയും

• Lake Titisee - Germany

ഒന്നുമില്ലാത്ത വിശേഷപ്പെട്ട ഹെക്സ (Hexa) എന്ന പോർക്ക് വിഭവം പക്ഷേ അധികമൊന്നും വാങ്ങേണ്ടി വന്നില്ല. കമ്പിളിക്കുപ്പായങ്ങളുടെ വലിയൊരു വിപണന കേന്ദ്രം കൂടിയാണ് റ്റിറ്റിസി. കൈയ്യിൽ കരുതിയ മേൽക്കുപ്പായങ്ങൾക്ക് ജർമ്മനിയിലെ മഴനേരങ്ങളിൽ പോലും തണുപ്പിനെ ചെറുക്കാനുള്ള കെൽപ്പുണ്ടായിരുന്നില്ലെന്ന് അനുഭവിച്ചറിഞ്ഞിരുന്നതിനാൽ പുതിയ ഒരെണ്ണം വാങ്ങി. 45 യൂറോ അൽപ്പം കൂടുതലാണെന്നറിയാമെങ്കിലും, സ്വിറ്റ്സർലാഡിലെ മഞ്ഞുമലയിലെ തണുപ്പിൽ നിന്നും അത് ശരീരത്തെ സംരക്ഷിച്ചുകൊള്ളുമല്ലോ എന്ന് ആശ്വസിച്ചു.

കുക്കു ക്ലോക്ക് നിർമ്മാണശാല

അജ്ഞാതനായ ഏതോ ഒരു സാങ്കേതിക വിദഗ്ദൻ, പതിനെട്ടാം നൂറ്റാണ്ടിൽ നടത്തിയ ഒരു കണ്ടുപിടുത്തമുണ്ട്; പിൽക്കാലത്ത് ജർമ്മനിയുടെ സാംസ്കാരിക അടയാളമായി മാറിയ കുക്കു ക്ലോക്ക്. ജർമ്മനിയിലും സ്വിറ്റ്സർലാൻഡിലും എത്തുന്ന സഞ്ചാരികൾക്ക് ഏറെ പ്രിയപ്പെട്ട ഒരു സുവനീറായി അത് മാറിയിരിക്കുന്നു. ബ്ലാക്ക് ഫോറസ്റ്റ് ഏരിയയിലെ കുക്കു ക്ലോക്ക് നിർമ്മാണശാല ഒരു പ്രധാന ടൂറിസ്റ്റ് ആകർഷണ കേന്ദ്രമായതും അതുകൊണ്ട് തന്നെയാണ്.

റ്റിറ്റിസീയിൽ നിന്നും ഞങ്ങൾ നേരെ പോയത് ബ്ലാക് ഫോറസ്റ്റിലെ ചരിത്ര പ്രസിദ്ധമായ കുക്കു ക്ലോക്ക് നിർമ്മാണശാലയിലേക്കാണ്. (നേരെ പോയി എന്ന് പറയുന്നതിൽ ഭാഷാപരമായി തെറ്റില്ലെങ്കിലും

സാങ്കേതികമായി പിശകുണ്ട്. കാരണം ബ്ലാക്ക് ഫോറസ്റ്റിലെ ചുരം മലകളിലൂടെ കയറിപ്പോയ വഴിയേ തന്നെ കുന്നിറങ്ങുകയാണ് ചെയ്തത്. ഉച്ച ഭക്ഷണത്തിന്റെ സമയമായതുകൊണ്ടാണ് പോകും വഴി കുക്കു ക്ലോക്ക് നിർമ്മാണശാലയിൽ കയറാതിരുന്നത് എന്നാണ് ടൂർ മാനേജർ പറഞ്ഞത്.)

Rotbach അരുവിക്കരയിലെ പാർക്കിങ് സ്ഥലത്തു ബസ്സിറങ്ങി. പതഞ്ഞൊഴുകുന്ന കുഞ്ഞരുവിക്ക് കുറുകെ ചെറിയൊരു മരപ്പാലം. അരുവിയുടെ കളകള നാദം കേട്ടുകൊണ്ട് പാലം മുറിച്ചുകടന്ന് നടന്നെത്തിയത് ബ്ലാക്ക് ഫോറസ്റ്റിലെ പ്രസിദ്ധമായ കുക്കു ക്ലോക്ക് നിർമ്മാണശാലയുടെ പൂമുഖത്തേക്കാണ്. സ്വിസ്സ് ഷാലെറ്റ് (Swiss Chalet) വാസ്തുശൈലിയിൽ നിർമ്മിച്ചിരിക്കുന്ന ഒരു പൗരാണിക യൂറോപ്യൻ കെട്ടിടം. അതിന്റെ വലത് വശത്തായി ഒരു ഗ്ലാസ്സ് ഫാക്ടറിയും അതിനപ്പുറം ഒരു ഹോട്ടലുമാണ്. അതിമനോഹരമായ പ്രകൃതി ദൃശ്യങ്ങളാണ് അവിടെ സഞ്ചാരികളെ കാത്തിരിക്കുന്നത്. മഞ്ഞയും ചുവപ്പും നിറത്തിലുള്ള, പൊഴിയാൻ വെമ്പുന്ന ഇലകളുമായി മാമരങ്ങൾ. മലഞ്ചെരുവുകളുടെ വശ്യതയും, കുളിരരുവിയുടെ കുണുക്കവും ഒക്കെ കണ്ണെടുക്കാതെ കണ്ടു നിന്നുപോകും. വേനൽകാലത്തെ യാത്രയാക്കാൻ വരുന്ന ശിശിര കാലത്തിന്റെ വർണ്ണ ഭംഗി പൂർണ്ണ പ്രതാപത്തോടെ കാണാൻ കഴിയുന്ന സമയമാണ് ഫാൾ വിന്റർ. ഇലപൊഴിയാത്ത പൈൻ മരങ്ങളുടെ ഹരിത പശ്ചാത്തലത്തിൽ, ഇവിടെ വളർന്നു പടർന്ന നിൽക്കുന്ന മറ്റു

● കുക്കു ക്ലോക്ക് നിർമ്മാണശാല

സസ്യജാലങ്ങൾ ഒരു ബഹുവർണ്ണ മായക്കാഴ്ച തന്നെയാണ് സമ്മാനിക്കുന്നത്.

ക്ലോക്ക് നിർമ്മാണശാലയിൽ പ്രദർശനം ആരംഭിക്കുന്ന വിവരം അറിഞ്ഞപ്പോൾ പുറം കാഴ്ചകൾ മതിയാക്കി ഫാക്ടറിയിലേക്ക് നടന്നു. വീതിയേറിയ നടവഴികൾ കയറി ഒന്നാം നിലയിലെത്തി. വീതിവിസ്താരമേറിയ ആ മന്ദിരത്തിന്റെ വടക്കേ തലക്കൽ ക്ലോക്ക് നിർമ്മാണത്തിന്റെ ലൈവ് പ്രദർശനം നടക്കുകയാണ്.

ഒരു തരം പെൻഡുലം ക്ലോക്കു തന്നെയാണ് കുക്കു ക്ലോക്കുകൾ. ചങ്ങലയിൽ തൂക്കിയിടുന്നതും, ചിത്രപ്പണികളുള്ളതും, അഗ്രഭാഗങ്ങൾ ഉരുണ്ടതുമായ ഭാരമേറിയ ഒരു ലോഹ ദണ്ഡ് പെൻഡുലമായും, അത് തന്നെ കീ കൊടുക്കുന്നതിനുള്ള സംവിധാനമായും ഉപയോഗിക്കുന്ന ക്ലോക്കിന് ഷാലെറ്റ് (Chalet) മാതൃകയിലുള്ള വീടുകളുടെ ആകൃതിയാണ്. ചരിഞ്ഞ മേൽക്കൂരക്ക് താഴെയുള്ള കിളി വാതിൽ തുറന്ന് പുറത്തുവന്ന് സമയം അറിയിക്കുന്ന പക്ഷിയുടെ കുയിൽ നാദത്തിൽ നിന്നാണ് ഇതിന്റെ പേര് പ്രസിദ്ധമായത്. കുയിൽ നാദം പുറപ്പെടുവിക്കുന്ന ഒരു ജോഡി പ്രത്യേക തരം ഉപകരണം (മരവും തുകലും കൊണ്ട് നിർമ്മിക്കുന്ന ഒരു തരം നാടൻ പീപ്പിയാണ് അത്) എല്ലാ ക്ലോക്കിലും ഘടിപ്പിക്കുന്നുണ്ട്. വിവിധ പ്രായത്തിലുള്ള കുയിലുകളുടെ ശബ്ദം പുറപ്പെടിവിക്കാൻ കഴിയുന്ന മൂന്ന് തരം പീപ്പികൾ അവിടെ നിർമ്മിക്കുന്നുണ്ട്. 1750 മുതൽ യൂറോപ്പിലാകമാനം പ്രസിദ്ധമാണ് കുക്കു ക്ലോക്കുകൾ. പരമ്പരാഗത

രീതിയിൽ തന്നെയാണ് ഇപ്പോഴും ക്ലോക്ക് നിർമ്മാണം നടക്കുന്നത്. നിർമ്മാണത്തിന് ഉപയോഗിക്കുന്ന സാമഗ്രികളും, നിർമ്മാണ രീതിയും വ്യക്തമാക്കുന്നതായിരുന്നു ഡെമോൺസ്ട്രേഷൻ. “ഇവിടെ നിന്നും വാങ്ങുന്ന ക്ലോക്കുകൾക്ക് നികുതി ഒഴിവുണ്ട്” എന്ന് കൂടി ഓർമ്മിപ്പിച്ചുകൊണ്ട് Drazen എന്ന സുമുഖനായ ചെറുപ്പക്കാരൻ വിവരണം അവസാനിപ്പിച്ചു. ഒരു പാരമ്പര്യ സാങ്കേതിക വിദ്യ എങ്ങനെയാണ് വിനോദ സഞ്ചാരത്തെ പരിപോഷിപ്പിക്കുന്ന തരത്തിൽ പ്രയോജനപ്പെടുത്തുന്നത് എന്നതിന്റെ ഒരു ജർമ്മൻ മാതൃകയാണ് കുക്കു ക്ലോക്ക് നിർമ്മാണശാല.

കുക്കു ക്ലോക്കിന്റെ ചരിത്രം വർണ്ണിക്കുന്ന ഒരു മ്യൂസിയം കൂടിയാണ് അത്. വിവിധ ആകൃതിയിലും വലുപ്പത്തിലുമുള്ള ക്ലോക്കുകളും മറ്റനേകം സുവനീറുകളും അവിടെ വിൽപ്പനക്കായി നിരത്തിയിട്ടുണ്ട്. ഒരു പ്രത്യേക തരം വൈൻ രുചിച്ചു നോക്കി വാങ്ങാൻ കിട്ടും. വൈവിധ്യമാർന്ന കൗതുകവസ്തുക്കളെ നോക്കി നടക്കുമ്പോൾ സമയം അഞ്ചു മണിക്ക് മിനിറ്റുകൾ മാത്രം ബാക്കി. ആ കെട്ടിടത്തിന്റെ മുൻ ഭിത്തിയിൽ ഭീമാകാരനായ ഒരു കുക്കു ക്ലോക്കുണ്ട്. അഞ്ചു മണിയായി എന്ന് സമയമറിയിച്ചുകൊണ്ടുള്ള അതിന്റെ കുയിൽ നാദം കേൾക്കാനായി ഞങ്ങൾ ധൃതിപ്പെട്ട് പുറത്തിറങ്ങി.

● ക്ലോക്ക് മ്യൂസിയം

ഇപ്പോഴാണ് ഒരു കാര്യം തിരിച്ചറിഞ്ഞത്. ആ വലിയ കെട്ടിടത്തിന് തന്നെ കുക്കു ക്ളോക്കിന്റെ ആകൃതിയാണ്. അല്ല അതൊരു വലിയ കുക്കു ക്ലോക്ക് തന്നെയാണ്, കെട്ടിടത്തിന്റെ ഇടതുവശത്തായി വളരെ വലിയൊരു ജലചക്രം കറങ്ങിക്കൊണ്ടിരിക്കുന്നു. വൈദ്യുതി ഉൽപ്പാദിപ്പിക്കുന്ന സംവിധാനമാണെന്നു തോന്നുന്നു. ആ വലിയ ക്ലോക്കിന്റെ യാന്ത്രിക ചലനങ്ങൾക്ക് ഊർജ്ജം പകരുന്ന ഫ്ലൈവീൽ (Flywheel) ആണോ എന്നും അറിയില്ല.

സമയം അഞ്ചു മണി. സഞ്ചാരികളെല്ലാം ആകാംഷയോടെ നോക്കി നിൽക്കുമ്പോൾ ആ ക്ളോക്ക് കെട്ടിടത്തിന്റെ ചെരിഞ്ഞ മേൽക്കൂരക്ക് താഴെയുള്ള കിളിക്കൂട് (ജനാല) മെല്ലെ തുറന്നു . വലിയൊരു കുയിൽ പക്ഷി മുന്നോട്ടു വന്നു. അഞ്ചു തവണ കു കൂ.. കു കൂ.... എന്ന് കൂവി അത് പിൻവലിഞ്ഞു. ആ കിളിവാതിൽ അടയുമ്പോൾ അലൗകികമായ ഒരു സംഗീതം ആരംഭിക്കുന്നു. ക്ലോക്കിന്റെ മുഖത്തിന് (Clock face) മുകൾത്തട്ടിലെ വിശാലമായ ബാൽക്കണിയിലേക്ക്, കെട്ടിപ്പുണർന്ന പ്രണയ ജോഡികൾ, ഉല്ലാസ നൃത്തം ചെയ്തു കൊണ്ട്, ഒന്നിന് പിറകെ ഒന്നായി ഇറങ്ങി വരുന്നു. അവർ കറങ്ങി തിരിഞ്ഞ് അകത്തേക്ക് തന്നെ സഞ്ചരിക്കുന്നു. അതി പുരാതനമായ ഒരു സാങ്കേതിക വിദ്യയാണ്. നൂറ്റാണ്ടുകളുടെ പഴക്കമുണ്ട്. എന്നിട്ടുപോലും അതിന്റെ പ്രവർത്തന ക്ഷമതയും, കൃത്യതയും, വൈപുല്യവും കണ്ട് ആശ്ചര്യ ഭരിതരായിട്ടാണ് ഞങ്ങൾ അവിടെനിന്നും മടങ്ങിയത്.

സഞ്ചാരികളുടെ പറുദീസ-സ്വിറ്റ്സർലാന്റ്

ബ്ലാക്ക് ഫോറസ്റ്റിലെ ചുരം പാതകൾ ഒരിക്കൽ കൂടി കയറി. റ്റിറ്റിസീയുടെ ഓരം പറ്റി അയൽ രാജ്യമായ സ്വിറ്റ്സർലാൻ ഡിലേക്കുള്ള പ്രയാണം തുടർന്നു. ഒരു മണിക്കൂർ യാത്രക്കൊടുവിൽ ജർമ്മനിയുടെ അതിർത്തി പിന്നിട്ട് സ്വിറ്റ്സർലാൻഡിൽ പ്രവേശിച്ചു. സുന്ദരമായ ഭൂപ്രകൃതിയാൽ ലോകത്തേറ്റവും മഹത്തരമായി അലങ്കരിക്കപ്പെട്ട രാജ്യങ്ങളിൽ ഒന്നാണ് സ്വിറ്റ്സർലാന്റ്. മലനിരകളിലെ നിമ്നോന്നതകളിലെ പച്ചപ്പിന്റെ സമൃദ്ധിയും, അതിന്റെ അന്യൂനമായ പരിപാലനവും കൊണ്ടാണ്, ആ വശ്യസൗന്ദര്യം നിലനിർത്തപ്പെടുന്നത് എന്ന കാര്യം ശ്രദ്ധേയമാണ്. (അതിന്റെ പകുതിയെങ്കിലും ജാഗ്രതയിൽ പരിപാലിക്കപ്പെട്ടിരുന്നെങ്കിൽ ഒരു പക്ഷേ അതിലും എത്രയോ സുന്ദരമാകുമായിരുന്നു നമ്മുടെ ഈ കൊച്ചു കേരളം.)

റൈൻ ഫാൾസ്

യൂറോപ്യൻ നയാഗ്ര എന്നറിയപ്പെടുന്ന റൈൻ ഫാൾസ് (Rhine falls) കാണാൻ എത്തുമ്പോഴേക്കും ഇരുട്ടു പരന്നിരുന്നു. സമയം ഏഴ് പതിനഞ്ചേ ആയിട്ടുള്ളൂ എങ്കിലും പകലിന്റെ ദൈർഘ്യം കുറഞ്ഞു വരുന്ന ശിശിര കാലമായതിനാൽ നേരത്തെ ഇരുട്ടു പരന്നതാണ്. സന്ദർശകർക്കായി പ്രകൃതി ഒരുക്കിയ ആ മഹാത്ഭുതത്തിന്റെ ദൃശ്യഭംഗി വേണ്ടത്ര ആസ്വദിക്കാൻ കഴിയാതെ പോയതിന്റെ ദുഃഖം അവശേഷിക്കുന്നു. ഒരു മാസം മുൻപായിരുന്നു സന്ദർശനം എങ്കിൽ ഈ സമയത്തും നല്ല പകൽ വെളിച്ചം ഉണ്ടാകുമായിരുന്നു. കുതിച്ചൊഴുകി വന്ന് കുത്തനെ പതിച്ച് പതഞ്ഞൊഴുകുന്ന ജലപാതത്തിന്റെ അവ്യക്ത ചിത്രം നദിയുടെ

പടിഞ്ഞാറേ കരയിൽ നിന്നുകൊണ്ട്, അരണ്ട വെളിച്ചത്തിൽ കണ്ടു തൃപ്തിയടഞ്ഞു. നദിയിലെ ചെറിയ തുരുത്തിൽ കരിങ്കല്ലിന്റെ കോട്ട പോലെ പണിതു വെച്ചിട്ടുള്ള റൈൻഫാൾ ഫെറി സ്റ്റേഷനിലേക്കുള്ള നടപ്പാലം കടന്ന് ചെല്ലുന്നവരെ സ്വാഗതം ചെയ്തുകൊണ്ട് ഒരു റെസ്റ്റ്റന്റ് പ്രവർത്തിക്കുന്നുണ്ട്. അതിൻ്റെ ബാൽക്കണിയിൽ നിന്നുകൊണ്ട് കുറേക്കൂടി അടുത്തുകണ്ടപ്പോഴാണ് റൈൻഫാൾ ഒരു സംഭവമായിരുന്നു എന്ന് ബോധ്യമായതും പകൽ വെളിച്ചത്തിൽ കാണാൻ കഴിയാതെ പോയല്ലോ എന്ന സങ്കടമുണ്ടായതും.

ഗ്രാമക്കാഴ്ചകളിലൂടെ യാത്ര തുടരവേ, വൈദ്യുത ദീപാലംകൃതമായ നഗരത്തിന്റെ വർണ്ണപ്പൊലിമയിലേക്കു ചെന്നെത്തുന്നു. ഞങ്ങളുടെ ലക്ഷ്യസ്ഥാനമായ സൂറിച്ചിൽ എത്തിയിരിക്കുന്നു എന്ന് അറിയിപ്പുകിട്ടി. നഗരപ്രാന്തത്തിൽ ഒരിടത്ത് വണ്ടി നിന്നു. ടൂർ കമ്പനിയുടെ നിർദ്ദേശപ്രകാരം, ഞങ്ങളുടെ അത്താഴം തയാറാക്കി വന്ന ജോജി ഷാലിം ടീം അവിടെ ഞങ്ങളെ കത്ത് നിൽക്കുന്നുണ്ടായിരുന്നു. പാഴ്സലാക്കി കൊണ്ടു വന്ന അത്താഴം ബസ്സിന്റെ ഡിക്കിയിൽ കയറ്റി യാത്ര തുടർന്നു. Move n Pick ഹോട്ടലിന്റെ പോർട്ടിക്കോയിൽ ബസ്സിറങ്ങി. അത്താഴപാഴ്സലും കൈപ്പറ്റിക്കൊണ്ടാണ് അനുവദിച്ച മുറികളിലേക്ക് ചേക്കേറിയത്. കുളിയെല്ലാം കഴിഞ്ഞ് ആ പൊതി തുറക്കുമ്പോൾ നല്ല കുത്തരി ചോറും തനി കേരളീയ രുചിക്കൂട്ടുകൾ മണക്കുന്ന കറികളും. ഒരാഴ്ചക്ക് ശേഷം കേരളത്തിൽ തിരിച്ചെത്തിയ അനുഭൂതിയോയോടെയാണ് അത് കഴിച്ചു തീർത്തത്.

റ്റിറ്റ്ലിസ്- ആൽപ്സ് പർവതത്തിന്റെ മഞ്ഞണിഞ്ഞ നെറുകയിൽ

സഞ്ചാരികളുടെ പറുദീസഎന്ന് വിശേഷിപ്പിക്കാവുന്ന, ഭൂമിയിലെ സ്വർഗ്ഗത്തിലൂടെയാണ് ഞങ്ങൾ സഞ്ചരിക്കുന്നത് എന്ന് വഴിയോരക്കാഴ്ചകൾ സാക്ഷ്യപ്പെടുത്തുന്നു. കുന്നിൻ പുറങ്ങളിലെ ചരിവ് തലങ്ങളിൽ നാൽക്കാലികൾ മേഞ്ഞു നടക്കുന്ന കാഴ്ചക്ക് പോലും ഒരു വശ്യതയുണ്ട്. ആൽപ്സ് പർവ്വതത്തിന്റെ വെണ്മഞ്ഞിൻ തൊപ്പിയിട്ട പർവ്വത ശിഖരങ്ങളുടെ കാഴ്ച അതിലേറെ ആനന്ദദായകം.

ലോകത്തേറ്റവും സമ്പന്നരും സമാധാനപ്രിയരുമായ മനുഷ്യർ ജീവിക്കുന്ന നാട്. വൈവിധ്യമാർന്ന ഭൂപ്രകൃതിയും കാലാവസ്ഥയും ഉള്ള നാട്.

പഴയ കാലത്തു നമ്മുടെ നാട്ടിലൊക്കെ പ്രസിദ്ധമായ സ്വിസ്സ് മെയ്ഡ് ഹെൻറി സാൻഡോസ്, ഫേവർ ലൂബാ വാച്ചുകളുടെ ജന്മനാട്.

ആധുനിക തലമുറയ്ക്ക് പ്രിയങ്കരമായ റോളക്സ് ഉൾപ്പെടെ എത്രയോ ലോകോത്തര ഉൽപ്പന്നങ്ങൾ പിറന്ന മണ്ണ്. പിന്നെ നാമൊക്കെ അറിയുന്ന പോലെ ലോകത്താകമാനമുള്ള സമ്പന്നരുടെ നിക്ഷേപങ്ങളെ ആകർഷിക്കുന്ന സ്വിസ് ബാങ്കുകളുടെ നാട്. ഐക്യരാഷ്ട്രസഭയുടെ ആസ്ഥാന മന്ദിരങ്ങളിലൊന്ന് സ്ഥിതിചെയ്യുന്ന ജനീവ പട്ടണമുള്ള നാട്. വിശേഷണങ്ങൾ എത്ര വേണമെങ്കിലും കൂട്ടിച്ചേർക്കാവുന്നതും പ്രകൃതിദേവിയുടെ കൃപാകടാക്ഷം കൊണ്ട് സമലംകൃതവുമായ നാട്ടിലൂടെയാണ് യാത്ര എന്നോർക്കുമ്പോൾ തന്നെ കുളിരു കോരുന്നു. തണുപ്പുകൊണ്ടല്ല. ആത്മനിർവൃതികൊണ്ട് ആനന്ദനൃത്തമാടുന്ന മനസ്സിന്റെ ഉൾപുളകങ്ങളാണ്.

മലഞ്ചെരുവുകളിലെ ചുരം പാതകൾ താണ്ടി Engelberg ലെ Titlis കേബിൾ കാറിന്റെ ബേയ്സ് സ്റ്റേഷന് മുന്നിൽ ബസ്സിറങ്ങി. മലമടക്കുകൾക്കിടയിൽ നീലത്തടാകവും കുളിരരുവിയും തൊങ്ങലു ചാർത്തിയ, പച്ചപ്പട്ടുടുപ്പിന്റെ അഴകാർന്ന താഴ്വാര സുന്ദരി. മലഞ്ചെരുവുകളിൽ ഭൂമിയുടെ കിടപ്പനുസരിച്ച് നിർമ്മിച്ചിരിക്കുന്ന റിസോർട്ടുകളും വാസസ്ഥലങ്ങളും. പുല്മേടുകൾക്കു മുകളിൽ ചിതറിക്കിടക്കുന്ന നല്ല പച്ചപ്പുള്ള പൈൻ മരങ്ങളുടെ ചെറു കൂട്ടങ്ങൾ.

ആൽപ്സ് പർവ്വതത്തിന്റെ തണുത്തുറഞ്ഞ ഉയരങ്ങളിലേക്ക് കയറാൻ കേബിൾ കാറിന്റെ ടിക്കറ്റുമായി സവിത വന്നുവിളിച്ചു. ഞങ്ങൾ കേബിൾ കാറിന്റെ ബേസ് സ്റ്റേഷനിലേക്ക് നടന്നു. സഞ്ചാരികളെ സ്വീകരിക്കാൻ വേണ്ടി ഇടതടവില്ലാതെ കേബിൾ കാറുകൾ വരികയും പോവുകയും ചെയ്യുന്നുണ്ട്. നാലും അഞ്ചും പേര് വീതം ഓരോന്നിലും

കയറിക്കൂടി. ചെറിയ കുന്ന് കയറിയ ശേഷം സമനിരപ്പാർന്ന പുൽമേടുകൾക്കു മുകളിലൂടെ യാത്ര തുടർന്നു. ആ പുൽമേട്ടുകളിൽ മേയുന്ന നാൽക്കാലികളും, ചെറു തടാകവും ഗ്രാമകാഴ്ചകളും, അതിന് ചുറ്റിലുമായി ആകാശം മുട്ടെ ഉയർന്നു നിൽക്കുന്ന മലമടക്കുകളും, അതിന്റെ മിനാരങ്ങളിലെ വെൺമഞ്ഞിൻ തൊപ്പിയുമെല്ലാം വേറിട്ടൊരു കാഴ്ചയനുഭവമാണ്. ക്രമേണ കുത്തനെയുള്ള മല കയറാൻ തുടങ്ങി. കുറ്റിച്ചെടികൾക്കിടയിൽ കുമ്മായം വിതറിയപോലെ മഞ്ഞുകണങ്ങൾ വീണു കിടക്കുന്ന കാഴ്ച കണ്ടു തുടങ്ങി. ഒന്നാം സ്റ്റേജിൽ കേബിൾ കാർ അൽപ്പ നേരം നിന്നു. ആരൊക്കെയോ അവിടെ ഇറങ്ങി. ഞങ്ങൾ അതെ കേബിൾ കാറിൽ തന്നെ മല കയറ്റം തുടർന്നു. രണ്ടാം സ്റ്റേജിൽ പുറത്തിറങ്ങുമ്പോൾ മഴ ചാറിത്തുടങ്ങിയിരുന്നു. റൊട്ടേറ്റിങ് കേബിൾ കാറിലാണ് തുടർന്നുള്ള മലകയറ്റം. ലോകത്തിൽ ആദ്യമായി ഇത്തരം കേബിൾ കാറുകൾ സഞ്ചാരം തുടങ്ങിയത് ഇവിടെയാണ്. മഴത്തുള്ളികളും കോടമഞ്ഞും പുറത്തുള്ള കാഴ്ചകൾ മറച്ചതിനാൽ 360 ഡിഗ്രി ചുറ്റിത്തിരിയുന്ന ആ യന്ത്ര സംവിധാനത്തിന്റെ ഗുണഫലങ്ങൾ ആസ്വദിക്കാൻ ഞങ്ങൾക്ക് ഭാഗ്യമുണ്ടായില്ല. ഒടുവിൽ റ്റിറ്റ്ലിസ് കൊടുമുടിയുടെ നെറുകയിൽ എത്തിച്ചേർന്നു. ഉറഞ്ഞുകൂടിയ മഞ്ഞു പാളികളിലെ തണുപ്പിലേക്ക് ഞങ്ങൾ ചുവടു വെച്ചു.

ആൽപ്സ് പർവതത്തിന്റെ മഞ്ഞണിഞ്ഞ നെറുകയിൽ കയറിയെത്തുന്നത് ഏതൊരു ലോകസഞ്ചാരിയുടേയും മോഹസാക്ഷാത്കാരത്തിന്റെ നിമിഷങ്ങളിലേക്കാണ്. ആയിരം അടി ഉയരത്തിലുള്ള റ്റിറ്റ്ലിസിലെ (Titlis) കുളിർ മഴയും കോടമഞ്ഞും വകവെക്കാതെ വെണ്മയാർന്ന

• കേബിൾ കാറിൽ നിന്നുള്ള കാഴ്ച

• At the top- Titlis

ഹിമകണങ്ങൾ വാരിക്കളിച്ചതും, മഞ്ഞണിഞ്ഞ നടവഴികളിലൂടെ പിച്ച വെച്ചതും, ഉരുക്ക് കയറുകളിൽ തൂങ്ങിയാടുന്ന പാലത്തിലൂടെ ഹൃദയം പിടച്ച് നടന്നുനീങ്ങിയതും, ഉതിർന്നുവീഴുന്ന മഞ്ഞിൻ കണങ്ങളുടെ സ്നേഹസ്പർശം ഏറ്റ് പുളകിതരായി "സ്വർഗ്ഗത്തിലോ ഞങ്ങൾ ഭൂമിയിലോ..." എന്ന് ആടിപ്പാടി അർമാദിച്ചതുമൊക്കെ ആ അസുലഭ നിമിഷങ്ങളുടെ നിർവൃതി വെളിപ്പെടുത്തുന്ന പ്രകടനങ്ങൾ തന്നെയായിരുന്നു. യാതൊരു പുറം കുപ്പായവുമില്ലാതെ ആ കൊടും തണുപ്പിൽ കൂളായി നടക്കുന്ന ഒരു അത്ഭുത മനുഷ്യൻ (വിനു) ഞങ്ങളോടൊപ്പമുണ്ടായിരുന്നു. എന്റെ വീഡിയോ ക്യാമറയുടെ ഷട്ടർ പോലും തണുപ്പുകൊണ്ട് പണിമുടക്കിയ നേരമാണെന്നോർക്കണം. 84 കാരനായ മേനോൻ സാറിനെ കാണാതെ അൽപ്പനേരം ആശങ്കപ്പെട്ടതൊഴികെ ആ ഹിമക്കോട്ടയുടെ മുകൾത്തട്ടിലെ അനർഘ നിമിഷങ്ങൾ ആനന്ദ പൂർണ്ണമായിരുന്നു. കോടമഞ്ഞും മേഘപാളികളും മലമുകളിൽ നിന്നുള്ള ദൂരക്കാഴ്ചകൾ മറച്ചിരുന്നതിനാൽ ആകാശവിതാനത്തിലെവിടെയോ, ഏതോ സ്വർഗ്ഗലോകത്ത് ചേക്കേറിയ പോലെ, ഒരലൗകിക അനുഭൂതിയാണ് റ്റിറ്റ്ലിസ് പകർന്നു തന്നത്. കോടമഞ്ഞ് കാരണം താഴ്വാരത്തിലെ സുന്ദര ദൃശ്യങ്ങളിലേക്ക് കണ്ണെത്തിയില്ല എന്നൊരു നേരിയ നൊമ്പരം ബാക്കിയാക്കി, സമതലത്തിൽ തിരികെ എത്തുമ്പോൾ, ജോസേട്ടനും സലിമും ജോജിയും കുടുംബാംഗങ്ങളും ചേർന്ന് ഞങ്ങൾക്കായി പാകപ്പെടുത്തി കൊണ്ടുവന്ന തനി നാടൻ ചോറും കറികളും കൂടിയായപ്പോൾ, ഭൂമിയിലെ സ്വർഗത്തിൽ തന്നെയാണ് ഞങ്ങൾ എന്ന് ഉറപ്പായി.

ലൂസേൺ (Lucerne) തടാകക്കരയിലെ പൈതൃക നഗരം

ആൽപ്സ് പർവ്വതത്തിന്റെ താഴ്വരയിലെ Engelberg ൽ നിന്നും മലമേടുകളിലെ ചുരം പാതകളും, വിവരണാതീതമായ പ്രകൃതി ഭംഗിയുള്ള മലയോരങ്ങളിലെ ഗ്രാമക്കാഴ്ചകളും, പശുക്കൾ മേഞ്ഞു നടക്കുന്ന സമതലങ്ങളും ഒക്കെ താണ്ടി, അര മണിക്കൂർ നേരത്തെ യാത്രക്കൊടുവിൽ ലൂസേൺ (Lucerne) തടാകക്കരയിൽ അതേ പേരിൽ തന്നെ പ്രസിദ്ധമായ പൈതൃക നഗരത്തിലെത്തിച്ചേർന്നു. ഭൂമിശാസ്ത്രപരമായി സ്വിറ്റ്സർലാൻഡിന്റെ മധ്യപ്രദേശാണ് ലൂസേൺ. ലോവൻപ്ലാസയിൽ (Lowenplatz) ബസ്സ് പാർക്ക് ചെയ്ത് പുറത്തിറങ്ങിയ ഞങ്ങൾ ആദ്യം സന്ദർശിച്ചത് ലൂസേണിലെ ലയൺ മോണുമെന്റാണ് (Lion monument Lucerne). 1972 ആഗസ്റ്റ് പത്താം തിയതി ഫ്രഞ്ച് വിപ്ലവത്തിന്റെ ഭാഗമായി വധിക്കപ്പെട്ട നൂറു കണക്കിന് സ്വിസ് ഗാർഡുകളുടെ ഓർമ്മക്കായി നിർമ്മിക്കപ്പെട്ടതാണ് ഇത്. Bertel Thorvaldsen ഡിസൈൻ ചെയ്ത്, പാറയിൽ കൊത്തിയെടുത്ത മനോഹര ശിൽപം. മാരകമായി മുറിവേറ്റ് മരണാസന്നനായി കിടക്കുന്ന ഒരു സിംഹത്തിന്റെ ശിൽപമാണ് അത്.

ചാപ്പൽ പാലം ലക്ഷ്യമാക്കി തിരികെ നടക്കുമ്പോൾ Lowenplatz ചത്വരം മുറിച്ചു കടക്കണം. ഒരു നഗരത്തിന്റെ കേന്ദ്രഭാഗം സഞ്ചാരികളുടെ മനം കുളിർപ്പിക്കാൻ തക്ക വിധം എങ്ങനെയൊക്കെ സൗന്ദര്യവൽക്കരിക്കാം എന്ന് ഇതൊക്കെ കണ്ട് പഠിക്കണം. നടന്നെത്തുന്നത് ലൂസേൺ തടാകക്കരയിലേക്കാണ്. വിനോദ സഞ്ചാരികളെ കാത്തുകിടക്കുന്ന

• Lion monument Lucerne

• Chapel bridge

വലിയ ക്രൂയിസ് ബോട്ടുകളും ആകാശം മുട്ടെ ഉയർന്ന കറങ്ങുന്ന ജയൻറ് വീലും ഒക്കെയായി ലൂസേൺ തടാകം മാടിവിളിക്കുന്നുണ്ട്. എന്നാൽ സമയക്കുറവുള്ളതിനാൽ ഞങ്ങൾ അവിടുത്തെ പ്രധാന ടൂറിസ്റ്റ് ആകർഷണമായ ചാപ്പൽ പാലം (Chapel bridge) ലക്ഷ്യമാക്കി നടന്നു.

സ്വിട്സർലാൻഡിലെ ഏറ്റവും പ്രധാനപ്പെട്ട ടൂറിസ്റ്റ് ആകർഷണ കേന്ദ്രങ്ങളിൽ ഒന്നാണ് ഈ പാലം. മേൽക്കൂരയുള്ള മരപ്പാലങ്ങളിൽ യൂറോപ്പിൽ ഏറ്റവും വലുത്. സഹസ്രാബ്ദങ്ങളെ അതിജീവിച്ച ഇത്തരം പാലങ്ങളിൽ ലോകത്ത് തന്നെ നമ്പർ വൺ. 1365 ൽ പാലം പണിയുമ്പോൾ 270 മീറ്ററായിരുന്നു നീളം. എന്നാൽ കാലാന്തരത്തിൽ ഇരു കരകളും കെട്ടിവളച്ച് നികത്തിയെടുപ്പോൾ പുഴയുടെ വീതി കുറഞ്ഞു. അങ്ങനെ പാലത്തിന്റെ നീളം 205 മീറ്ററായി ചുരുങ്ങി. തൊട്ടടുത്തുള്ള സെന്റ് പീറ്റേഴ്സ് ചാപ്പലിന്റെ സാമീപ്യമാണ് പാലത്തിന് ആ പേര് വരാൻ കാരണം. Reuss നദിക്ക് കുറുകെ പാലം പണിയുമ്പോൾ, തെക്കഭാഗത്തുള്ള തടാകത്തിൽ നിന്നും ജലമാർഗ്ഗത്തിലൂടെയുള്ള ആക്രമണങ്ങൾ തടയാനുള്ള ഒരു കോട്ടമതിലായും അത് പ്രയോജനപ്പെടണം എന്ന ലക്ഷ്യംകൂടി ഉണ്ടായിരുന്നത്രെ.

പതിനേഴാം നൂറ്റാണ്ടിൽ Hans Heinrich Wägmann എന്ന ചിത്രകാരൻ വരച്ച 158 ചിത്രങ്ങൾ കൊണ്ട്, പാലത്തിന്റെ നടവഴിയിൽ,

മോന്തായം മുട്ടി നിൽക്കുന്ന ത്രികോണാകൃതിയിലുള്ള പലകത്തട്ടുകൾ മുഴുവൻ അലങ്കരിച്ചിരുന്നു. എന്നാൽ 1993 ആഗസ്റ്റ് 18 നുണ്ടായ തീപിടുത്തത്തിൽ പാലത്തിന്റെ മുക്കാൽ പങ്കും കത്തി നശിച്ചു, ആ വിലയേറിയ പെയിന്റിങ്ങുകൾ മിക്കതും അതോടൊപ്പം നശിച്ചുപോയി. 30 ചിത്രങ്ങൾ മാത്രമേ പൂർണ്ണ രൂപത്തിൽ അവശേഷിച്ചിട്ടുള്ളൂ. എട്ടു മാസം കൊണ്ട് പാലം പുനഃസ്ഥാപിക്കാൻ കഴിഞ്ഞു.

കാൽനടക്ക് മാത്രമായി നിർമ്മിച്ച പാലത്തിലൂടെ മറുകരയിലേക്ക് നടന്നെത്തി. പാലത്തിന്റെ പശ്ചാത്തലത്തിൽ ചിത്രങ്ങൾ പകർത്തുന്ന ഫോട്ടോഗ്രാഫർമാരേയും മോഡലുകളേയും പിന്നിട്ട്, തെളിനീരൊഴുകുന്ന പുഴയോരം വഴി അൽപ്പദൂരം വടക്കോട്ടു നടന്ന്, RATHAUSSTEG പാലത്തിൽ കയറി. ലൂസേൺ തടാകത്തിന്റെ പശ്ചാത്തലത്തിൽ ചാപ്പൽ പാലത്തിന്റെ ദൃശ്യ ഭംഗി കൺനിറയെ കണ്ട് ആസ്വദിച്ചു. പാലത്തിന്റെ നിർമ്മാണത്തിന് മുന്നേ തന്നെ പുഴ മധ്യത്തിൽ പണിതുയർത്തിയ “water tower,” എന്ന പേരിലുള്ള 35 മീറ്റർ ഉയരമുള്ള ഷഡ്ഭുജാകൃതിയിലുള്ള ടവറാണ് പാലത്തിന് ഭംഗി കൂട്ടുന്നത് എന്ന് തോന്നിപ്പോയി. പിന്നെ പാലത്തിൽ നെടുനീളത്തിൽ കൈപ്പിടിയിൽ നിന്നും തൂങ്ങി വളരുന്ന പൂച്ചെടികളിലെ വർണ്ണ പുഷ്പങ്ങളും കൂടിയാകുമ്പോൾ അതൊരു അസാധാരണ കാഴ്ചയാകുന്നു.

ബ്ലാക്ക് മഡോണയുടെ ചാപ്പൽ അഥവാ പള്ളിക്കകത്തെ കുരിശുപള്ളി

ലൂസേണിൽ നിന്നും ആൽപ്സ് പർവ്വത നിരയിലെ ചുരം പാതകൾ (Etzel Pass) താണ്ടി സൂറിച്ചിലേക്കുള്ള മടക്കയാത്രയിൽ, യൂറോപ്പിലെ പ്രസിദ്ധ തീർത്ഥാടന കേന്ദ്രമായ Einseideln ലെ ബ്ലാക്ക് മഡോണയുടെ ചാപ്പൽ സന്ദർശിക്കുകയുണ്ടായി.

ആതിഥ്യത്തിന്റെ രക്തസാക്ഷി (Martyr of Hospitality) എന്നും ആതിഥ്യത്തിന്റെ പുണ്യവാളൻ എന്നുമൊക്കെ അറിയപ്പെടുന്ന മെയിൻറദ് (Saint Meinrad) എന്ന ഒരു ക്രിസ്ത്യൻ സന്യാസി തന്റെ ആശ്രമത്തിൽ സ്ഥാപിച്ച് ആരാധിച്ചിരുന്ന പരിശുദ്ധ ദൈവമാതാവിന്റെ ഒരു തിരുസ്വരൂപം ഉണ്ട്. അദ്ദേഹം ഏകാന്ത വാസം നയിച്ചിരുന്ന കൊച്ചു മുറിയിലെ കരിയും പുകയും അടിച്ച് നിറം മങ്ങിപ്പോയ ആ തിരുസ്വരൂപം കറുത്ത നിറമുള്ള മാതാവായി (Black Madona) മാറി. തന്റെ വാസസ്ഥലത്ത് അഭയം നൽകിയ തസ്ക്കരന്മാരാൽ AD 861 ൽ അദ്ദേഹം മൃഗീയമായി കൊലചെയ്യപ്പെട്ടു. AD 934 ൽ അദ്ദേഹം

ധ്യാനിച്ചിരുന്ന മുറി ഉൾപ്പെടുത്തിക്കൊണ്ട് ചെറിയൊരു ആശ്രമവും ചാപ്പലും നിർമ്മിക്കുകയും, കരിനിറം വീണുതുടങ്ങിയ മാതാവിന്റെ തിരു സ്വരൂപം അവിടെ പ്രതിഷ്ഠിക്കുകയും ചെയ്തു. പതിമൂന്നാം നൂറ്റാണ്ടോടെ ആ സ്ഥലം പ്രസിദ്ധമായി. ആ മലയോരം ഒരു ഏകാന്ത ധ്യാന കേന്ദ്രവും ക്രമേണ തീർത്ഥാടന കേന്ദ്രവുമായിമാറി. (The Chapel of St. Meinrad at the summit of the Etzel Pass)

1704 ൽ ആ ചാപ്പൽ ഉൾപ്പെടുത്തിക്കൊണ്ട് ഒരു വലിയ ആശ്രമ ദേവാലയ നിർമ്മാണം ആരംഭിക്കുകയും 1735 ൽ പണി പൂർത്തിയാക്കി ആരാധനക്കായി സമർപ്പിക്കുകയും ചെയ്തു. ബെനഡിക്ടൻ ആശ്രമം (Benedictine Abbey) എന്ന പേരിലാണ് ഇന്ന് അത് അറിയപ്പെടുന്നത്. മധ്യ ശതകത്തിൽ യൂറോപ്പിൽ പ്രസിദ്ധമായ ബറോക്ക് (baroque) ശൈലിയിൽ നിർമ്മിച്ച ആ മനോഹര വാസ്തുനിർമ്മിതിയുടെ അകത്തുതന്നെ, ചാപ്പൽ ഓഫ് ഔർ ലേഡി ഓഫ് ഹെർമിറ്റ്സ് (Our Lady of the Hermits) എന്ന പേരിൽ, തീർത്ഥാടകർക്ക് അനുഗ്രഹം ചൊരിയാനായി ആ കറുത്ത മാതാവിന്റെ (Black Madonna) തിരുസ്വരൂപവും പ്രതിഷ്ഠിച്ചിരിക്കുന്നു. 1465 ലെ തീ പിടുത്തത്തിൽ കത്തിനശിച്ച ആദ്യകാല പ്രതിമയുടെ സ്ഥാനത്ത് 1466 ൽ സ്ഥാപിച്ച പ്രതിമയാണ് ഇപ്പോഴുള്ളത്. പള്ളിക്കകത്ത് കരിശുപള്ളി എന്ന് പറയുന്നത് ഇവിടെ

• Black Madonna's Chapel

• Benedictine Abbey

അക്ഷരാർത്ഥത്തിൽ തന്നെ ശരിയാകുന്നുണ്ട്. അതിവിശാലവും മനോഹരവുമായ ആ ദേവാലയം തന്നെ വേറിട്ട ഒരു കാഴ്ചയാണ്. അതിമനോഹരമായ ചിത്രവേലകളും ശില്പങ്ങളും കൊണ്ട് ദേവാലയമാകെ അലങ്കരിച്ചിരിക്കുന്നു. അതൊരു ആശ്രമ വിദ്യാലയം കൂടിയാണ്. 7 മുതൽ 12 വരെ ക്ലാസ്സുകളിലായി 350 കുട്ടികൾ ആശ്രമത്തിലെ സന്യാസിമാരുടെ ശിക്ഷണത്തിൽ അവിടെ പഠിക്കുന്നുണ്ട്.

ചുരം പാതകൾ കയറിയും ഇറങ്ങിയും, സ്വിറ്റ്സർലാൻഡിന്റെ മനോഹരമായ പ്രകൃതി ദൃശ്യങ്ങൾ കണ്ടു കൊണ്ടുള്ള യാത്ര ഏറെ സന്തോഷകരമാണ്. ലൂസേണിൽ നിന്നും ഒരു മണിക്കൂർ യാത്ര ചെയ്താൽ Einseideln മലമുകളിലെത്താം. സൂറിച്ചിൽ നിന്നാണെങ്കിൽ മുക്കാൽ മണിക്കൂർ മതിയാകും. മലമടക്കുകളും താഴ്വാരങ്ങളും തടാകത്തിന്റെ ദൂരക്കാഴ്ചയും പർവ്വത നിരകളും ഒക്കെ സമ്മാനിക്കുന്ന സ്വിറ്റ്സർലാൻഡിന്റെ പ്രകൃതി ഭംഗി പകർന്നു നൽകുന്ന അനുഭൂതി ഒന്ന് വേറെ തന്നെയാണ്.

സൂറിച്ച് നഗരത്തിൽ

Einseideln ലെ ബ്ലാക്ക് മഡോണയുടെ ചാപ്പൽ സ്ഥിതിചെയ്യുന്ന ബെനഡിക്റ്റൈൻ ആശ്രമത്തിൽ നിന്നും മലയിറങ്ങി സൂറിച്ച് തടാകത്തിന്റെ ഓരം ചേർന്ന് വടക്കോട്ടു സഞ്ചരിച്ച് ലോക പ്രസിദ്ധമായ സൂറിച്ച് നഗരത്തിൽ എത്തിച്ചേർന്നു. സാമ്പത്തിക ഇടപാടുകളുടെ ആഗോള തലസ്ഥാനം എന്നറിയപ്പെടുന്ന മഹാനഗരം. ആറായിരത്തിലധികം

വർഷത്തെ മാനവ സാംസ്കൃതിയുടെ പാരമ്പര്യം അവകാശപ്പെടുന്ന പൗരാണിക ഭൂപ്രദേശം. ഏറ്റവും നല്ല നഗരജീവിതം പ്രദാനം ചെയ്യുന്ന ലോകത്തിലെ പത്തു നഗരങ്ങളിൽ ഒന്നാണിത്.

ബർക്ലിപ്ലാസയിലെ (Burkliplaz) പാർക്കിങ്ങിൽ ബസ്സിറങ്ങി. നേരെ പോയത് ഷോപ്പിങ്ങിനാണ്. സൂറിച്ചിലെ LIDL Switzarland എന്ന സൂപ്പർമാർക്കറ്റ് ലക്ഷ്യമാക്കി Limmat നദിക്കരയിലെ നടപ്പാതയിലൂടെ അൽപ്പദൂരം മുന്നോട്ട് നടന്നു. മിതമായ നിരക്കിൽ ഷോപ്പിംഗ് നടത്താൻ കഴിയുന്ന സൂറിച്ചിലെ സൂപ്പർമാർക്കറ്റാണത്രെ LIDL. അതിനുള്ളിലേക്ക് കയറിയ സഹയാത്രികരെല്ലാം ഏറെ സമയം അവിടെ ചിലവഴിച്ചു. ഷോപ്പിങ്ങിനെക്കാൾ നഗരക്കാഴ്ചകളിൽ തല്പരനായ ഞാൻ വേഗം തന്നെ പുറത്തിറങ്ങി. നേരെ മുന്നിൽ ഒരു ബിൽഡിങ്ങിനപ്പുറം അതിപുരാതനമായ ഒരു ചരിത്ര നിർമ്മിതിയുണ്ട്. സൂറിച്ചിന്റെ ലാൻഡ് മാർക്ക് പോലെ അതിന്റെ ഹരിത വർണ്ണത്തിലുള്ള സ്തൂപികാഗ്ര മിനാരം ഉയർന്നു നിൽക്കുന്നത് കാണാം. വളരെ രസകരമായ ചരിത്ര പശ്ചാത്തലമുള്ള Fraumünster എന്ന 1200 വർഷം പഴക്കമുള്ള ഒരു പള്ളിയാണത് (നിർമ്മാണം AD 853ൽ) . ലൂയിസ് രണ്ടാമൻ രാജാവിന്റെ സന്യാസിനിമാരായ രണ്ട് പെണ്മക്കളുടെ താൽപ്പര്യപ്രകാരം, അവർക്ക് ദിവ്യദർശനമുണ്ടായ സ്ഥലത്ത്, Limmat നദിക്കരയിൽ മഹാരാജാവ് തന്നെ നിർമ്മിച്ചുകൊടുത്ത ഒരു ആശ്രമ ദേവാലയം എന്നതാണ് അതിന്റെ ചരിത്രം.

Limmat നദിയുടെ ഇരുകരകളിലുമായി നൂറ്റാണ്ടുകളുടെ ചരിത്രം ഉറങ്ങുന്ന എത്രയോ നിർമ്മിതികൾ. അവ ഓരോന്നിനും

ആയിരക്കണക്കിന് വർഷങ്ങളിലെ, ജീവിതഗന്ധിയായ, ഒട്ടേറെ കഥകൾ പറയാനുണ്ടാകും. കണ്ണും കാതും തുറന്നുവെച്ച് നടന്നാൽ അതിൽ ചിലതൊക്കെ നമുക്കും വായിച്ചെടുക്കാനാകും.

പുഴയോരം ചേർന്നുള്ള നടപ്പാതയിലൂടെ തടാകക്കരയിലേക്ക് നടന്നു. അവിടെ വഴിയരുകിലായി ഒരു ഓട്ടോമാറ്റിക് ബാത്റൂം (WC) കണ്ടു. ഒരു സ്വിസ്സ് ഫ്രാങ്കിന്റെ നാണയമിട്ടാൽ അതിന്റെ വാതിൽ താനെ തുറക്കും. എന്റെ കയ്യിൽ യൂറോ മാത്രമേ ഉള്ളൂ. ഒരു യൂറോയുടെ നാണയമിട്ട് ഒരു പരീക്ഷണം നടത്തിനോക്കിയതാണ്. സംഭവം വിജയിച്ചു. ആൾ അകത്തുകയറുമ്പോൾ വാതിൽ തനിയെ അടയും. കാര്യം കഴിഞ്ഞു പുറത്തിറങ്ങാൻ കൺട്രോൾ പാനലിലെ ഒരു പച്ച ബട്ടൺ അമർത്തണം. അടുത്ത ആൾ കയറണമെങ്കിൽ കുറച്ചു സമയം കാത്തിരിക്കണം. അകത്ത് തകൃതിയായി ക്ലീനിങ് ജോലികൾ നടക്കുന്നതിന്റെ ശബ്ദകോലാഹലങ്ങൾ കേൾക്കാം. ബാത് റൂം റെഡിയാകുമ്പോൾ മാത്രം പുറത്തെ സിഗ്നൽ തെളിയും. അതിനു ശേഷം മാത്രം അടുത്തയാൾക്ക് പ്രവേശനം. നല്ല വൃത്തിയും ശുദ്ധിയും ഉള്ള പൊതു കക്കൂസ്. ഓരോ ആളും ഉപോയോഗിച്ചു കഴിഞ്ഞാൽ സ്വയം ക്ലീനാക്കുന്ന യന്ത്ര സംവിധാനം. ലോക നിലവാരത്തിലേക്ക് നമ്മുടെ നാടിനെ എത്തിക്കാനുള്ള പഠന ലക്ഷ്യവുമായി വിദേശപര്യടനങ്ങൾ നടത്തുന്ന നേതാക്കളോ സാങ്കേതിക വിദഗ്ധരോ ഒന്നും എന്തുകൊണ്ട് ഇത്തരം സംവിധാനങ്ങളുടെ സാങ്കേതിക വിദ്യ പഠിച്ചു വന്ന് നമ്മുടെ നാട്ടിൽ അത് നടപ്പിലാക്കുന്നില്ല?

Limmat നദിയിൽ എത്രയോ വിനോദ സഞ്ചാര നൗകകളാണെന്നോ നിരന്നു കിടക്കുന്നത്. ചിലതൊക്കെ സ്വകാര്യ വ്യക്തികളുടെ സ്വന്തം യാത്രക്കുള്ളതാണെന്നു തോന്നുന്നു. നദിയിലേക്ക് ഇറക്കിക്കെട്ടിയ വിനോദ കേന്ദ്രങ്ങളും ധാരാളം. പ്രകൃതിയുടെ വരദാനമായ ഒരു നദിയോ തടാകമോ ഒക്കെ ടൂറിസത്തിനു വേണ്ടി എങ്ങനെയൊക്കെ പ്രയോജനപ്പെടുത്താമെന്ന് ഇതൊക്കെ കണ്ടുപഠിക്കേണ്ടതാണ്.

തിരക്കുള്ള പെരുവഴിയിൽ പെഡസ്ട്രിയൻ സിഗ്നലിൽ പച്ച കത്തിയപ്പോൾ സിബ്രാ ലൈനിലൂടെ നടന്ന് തടാകക്കരയിൽ എത്തി. വിശാലമായ നീലജലപ്പരപ്പിന്റെ മനം മയക്കുന്ന കാഴ്ചകൾ കണ്ടപ്പോൾ കുറച്ച് നേരത്തെ ഇവിടെ എത്തേണ്ടതായിരുന്നു എന്ന് സങ്കടം തോന്നി. പോക്കുവെയിലിന്റെ സുവർണ്ണത്തിളക്കമുള്ള കുഞ്ഞോളങ്ങൾ. അതിനെ അലോസരപ്പെടുത്താതെ സാവധാനം നീന്തിത്തുടിക്കുന്ന അരയന്നങ്ങളും എരണ്ടത്താറാവുകളും മറ്റേതൊക്കെയോ പക്ഷികളും. സഞ്ചാരികളുടെ ദക്ഷിണ വാങ്ങാൻ മത്സരിച്ചുകൊണ്ട് അവരിൽ ചിലർ കരയിലേക്ക് കയറി നിന്നു. കരിങ്കല്ല് പാകിയ കായൽ തീരത്തിന് അതിരിട്ടുകൊണ്ട് നിർമ്മിച്ച കമ്പി അഴികൾക്കകത്ത് അവരുടെ സഞ്ചാര പരിധി അവസാനിക്കുന്നു. ഇണയരയന്നങ്ങൾ അവിടെ കയറി നിന്നുകൊണ്ട് സഞ്ചാരികൾക്കായി കലാപ്രകടനങ്ങൾ നടത്തുകയാണെന്ന് തോന്നുന്നു. പരസ്പരം മുഖം തിരിഞ്ഞു നിന്ന് നീണ്ട കഴുത്തും വർണ്ണപ്പകിട്ടുള്ള ചുണ്ടുകളും കൊരുത്ത് ഹൃദയ ചിഹ്നം തീർത്തുകൊണ്ട് അവർ സ്നേഹസല്ലാപം തുടരുകയാണ്.

തടാക തീരം ചേർന്ന് വിസ്തൃതമായ നടപ്പാതയുണ്ട്. അതിലൂടെ കുറച്ച് മുന്നോട്ട് നടന്നപ്പോൾ ബോട്ടു യാത്രികർക്കായി തടാകത്തിലേക്ക്

ഇറക്കി നിർമ്മിച്ചിരിക്കുന്ന ഒരു പാലം കണ്ടു . അതിന്റെ അങ്ങേതലക്കലോളം നടന്ന് അവിടെ നിന്നുകൊണ്ട് ചുറ്റിലുമുള്ള തടാകക്കാഴ്ചകൾ ആസ്വദിച്ചു. അതിന്റെ ഇരുവശങ്ങളിലുമായി വേറെയും ചില കായൽപാലങ്ങൾ ഉണ്ട്. അവിടെയൊക്കെ പക്ഷേ സഞ്ചാരികളെ കയറ്റുകയോ ഇറക്കുകയോ ചെയ്യുന്ന വലിയ ക്രൂയിസ് ബോട്ടുകൾ കാണാം. നേരം ഇരുണ്ടു തുടങ്ങിയിരിക്കുന്നു. ആലക്തിക ദീപ പ്രഭയിൽ കുളിച്ചു നിൽക്കുന്ന സൂറിച്ച് നഗരത്തിലെ തടാകക്കരയിലെ അത്ഭുത നിർമ്മിതികളുടെ പ്രതിബിംബം തടാകത്തിന്റെ ഓളപ്പരപ്പിൽ അവ്യക്ത ചിത്രം വരച്ചുകൊണ്ടിരുന്നപ്പോൾ, ആ മനോഹര ദൃശ്യങ്ങൾ മനസ്സിന്റെ മെമ്മറി കാർഡിൽ പകർത്തി മടങ്ങിപ്പോരേണ്ടി വന്നു. തടാകക്കരയിൽ തന്നെ Limmat നദിക്കു കുറുകെ പത്തൊമ്പതാം നൂറ്റാണ്ടിൽ നിർമ്മിച്ച Quaibrucke എന്ന പാലത്തിൽ നിന്നുകൊണ്ട് ഒരു ചിത്രം കൂടി പകർത്തി ബസ്സിലേക്ക് നടന്നു.

ആൽപ്സിലെ ചുരം പാതകൾ താണ്ടി ഇറ്റലിയിലേയ്ക്ക്

എട്ടാം ദിവസം രാവിലെ ഇറ്റലിയിലേക്കുള്ള യാത്രക്ക് തയ്യാറെടുത്ത് Move n Pick ഹോട്ടലിന്റെ ലോബിയിൽ ഞങ്ങൾ കാത്തിരുന്നു. ഉയർന്ന ഒരു കുന്നിൻ പ്രദേശത്താണ് ഹോട്ടൽ. അതിമനോഹരമായ ദൂരക്കാഴ്ചകളാണ് പുറത്ത്. ബസ്സ് വരുന്നതുവരെ സ്വിറ്റ്സർലാൻഡിന്റെ മോഹിപ്പിക്കുന്ന ആ കാഴ്ചകൾ കണ്ടു നിൽക്കാമെന്നു കരുതി ഞങ്ങൾ പുറത്തേക്കിറങ്ങി. അതിമനോഹരമായി ലാൻഡ്സ്കേപ്പ് ചെയ്ത വിശാലമായ മുൻ മുറ്റവും പരിസരവും, അതിനിണങ്ങുന്ന കെട്ടിടങ്ങളും ഒക്കെയുള്ള ഹോട്ടലിന് ഒരു ഷൂട്ടിങ് ലോക്കേഷന്റെ ആംബിയൻസാണ്. അതുകൊണ്ടു തന്നെ ധാരാളം ഓർമ്മചിത്രങ്ങൾ അവിടെ പിറവിയെടുത്തു.

• Gottharad tunnel

ആൽപ്സ് പർവ്വതനിരകൾ താണ്ടി ഇറ്റലിയിലേക്കുള്ള യാത്ര അവിസ്മരണീയമാക്കിയത്, തുരങ്കപാതകളും വയാഡക്ടുകളും (മേൽപ്പാലം) നിർമ്മിച്ച് പ്രകൃതിക്കും യാത്രികർക്കും സൗഖ്യം പകരുന്ന വിധം ആസൂത്രണം ചെയ്ത റോഡുകളാണ്. ഏതാണ്ട് 300 കി മി ദൂരമുണ്ട് മിലാനിലേക്ക്. വയനാട്ടിലെ മാനന്തവടിയിൽ നിന്നും ബാംഗ്ലൂരിലേക്കുള്ള ദൂരം. അതായത് ഏതാണ്ട് എട്ട് മണിക്കൂർ യാത്രക്കുള്ള ദൂരം. ചുരം പാതകൾ ആയതുകൊണ്ട് യാത്രാ സമയം കൂടുമെന്നായിരുന്നു കരുതിയത്. എന്നാൽ എന്താണ് സിവിൽ എൻജിനീയറിങ്ങിന്റെ മേന്മയെന്ന് ബോധ്യപ്പെടുത്തുന്ന ഇൻഫ്രാസ്ട്രക്ച്ചറൽ വിസ്മയക്കാഴ്ചകളാണ് ഞങ്ങൾ താണ്ടിയ ആൽപ്സിലെ ചുരം റോഡുകളിൽ കണ്ടത്.

100 കി മി വേഗപരിധി നിശ്ചയിച്ച നാലുവരിപ്പാതയാണ് M 35. ടണലുകളിൽ പോലും 80 കിലോമീറ്റർ വേഗത്തിൽ വാഹനം ഓടിക്കാം. അതിലൊന്നാണ് 16.942 മീ ദൂരമുള്ള ഗോത്താഡ് ടണൽ(Gottharad tunnel). തൊള്ളായിരത്തി എൺപതുകളിൽ ലോകത്തിൽ ഏറ്റവും നീളമേറിയ തുരങ്കപാത ഇതായിരുന്നു. മെട്രോമാൻ ശ്രീധരന്റെ നേതൃത്വത്തിൽ നിർമ്മിച്ച കൊങ്കൺ പാത പോലെയുണ്ട് എന്ന് വേണമെങ്കിൽ താരതമ്യപ്പെടുത്താം. കാരണം ഒരു മല തുരന്ന് പുറത്തിറങ്ങുന്ന ടണൽ അടുത്ത മലയിലെ ടണലിലേക്ക് ബന്ധിപ്പിക്കുന്നതിന് ഉയരമുള്ള തൂണുകളിൽ താങ്ങുന്ന ഒരു പാലം ഉണ്ടാകും. ഇരുവശങ്ങളിലേക്കും ഉള്ള റോഡുകൾക്ക് വേണ്ടി അടുത്തടുത്തായി രണ്ടു ടണലുകളാണ് നിർമ്മിച്ചിരിക്കുന്നത് എന്നത് ശ്രദ്ധേയമാണ്. അതുകൊണ്ടു ടണലുകൾ എല്ലാം തന്നെ ജോഡികളായിട്ടാണ് കാണുന്നത്. റോഡിന് കയറ്റിറക്കങ്ങളും

വളവ് തിരിവുകളും വളരെ കുറവായിരിക്കും. റോഡ് യാത്ര സുഖകരമായി രിക്കും എന്നർത്ഥം. ഏത് ദുർഘട പ്രദേശത്തും വേണമെന്നുണ്ടെങ്കിൽ ഇത്തരം റോഡുകൾ നിർമ്മിക്കാൻ കഴിയും.

കുന്നിറക്കം രസകരമായിരുന്നു. രണ്ടു മലകൾക്കിടയിലെ താഴ്വരയി ലൂടെ നേർരേഖയിലെന്നപോലെ അതി വിശാലമായ റോഡ്. വലിയ വിപുലീകരണങ്ങൾ നടക്കുന്നുണ്ടെങ്കിലും യാത്രികർക്ക് പ്രയാസം ഒന്നും ഉണ്ടാകാതിരിക്കാൻ വേണ്ട മുൻകരുതലുകൾ എടുത്തിട്ടുണ്ട്. കുത്തനെ യുള്ള മലയുടെ ചെരുവിലായിട്ടുകൂടി വൻതോതിൽ പാറപൊട്ടിക്കുന്നുണ്ട് എന്നത് പശ്ചിമഘട്ടത്തിൽ ജീവിക്കുന്ന എന്നിൽ ആശ്ചര്യം ജനിപ്പിച്ചു. (പരിസ്ഥിതി സംരക്ഷണക്കാരൊന്നും അത് കാണുന്നില്ലയോ ആവോ) മലയടിവാരത്തിലെ താഴ്വാരങ്ങളിൽ അവിടവിടെയായി ധാരാളം വിശ്ര മകേന്ദ്രങ്ങളും നിർമ്മിച്ചിട്ടുണ്ട്. വാഹനങ്ങൾക്ക് ഇന്ധനവും യാത്രികർക്ക് ഭക്ഷണവും പ്രാഥമിക ആവശ്യങ്ങൾക്കുള്ള സൗകര്യവും ഒക്കെ അവിടെയുണ്ടാകും. മാർഷെ കൂപ് (Marche coop) എന്ന പേരിലുള്ള അത്തരം ഒരു സ്ഥലത്ത് അൽപ്പ നേരം വിശ്രമിച്ച ശേഷം ഇറ്റലിയിലെ മിലൻ പട്ടണം ലക്ഷ്യമാക്കി ഞങ്ങൾ യാത്ര തുടർന്നു.

മിലൻ നഗരത്തിൽ

കലയുടെയും സംസ്കാരത്തിന്റെയും നൂറ്റാണ്ടുകളുടെ പാരമ്പര്യം അവകാശപ്പെടാൻ എന്തുകൊണ്ടും അർഹതയുള്ള ഒരു മെട്രോപൊളി റ്റൻ നഗരമാണ് ഇറ്റലിയിലെ മിലൻ. ലിയോനാർഡോ ഡാവിഞ്ചിയുടെ മാസ്റ്റർപീസ് ആയ ഒടുവിലത്തെ അത്താഴം (The last supper) എന്ന വിശ്വ വിഖ്യാതമായ ചിത്രം സൂക്ഷിച്ചിരിക്കുന്ന Santa Maria delle Grazie എന്ന ഒരൊറ്റ മന്ദിരം മാത്രം മതി അതിന് സാക്ഷ്യം പറയാൻ. കലയുടെയും ഫാഷന്റെയും ഒക്കെ ലോക തലസ്ഥാനങ്ങളിലൊന്നായ

മിലൻ എന്ന ലോകപ്രശസ്തമായ ഇറ്റാലിയൻ നഗരത്തിലാണ് ഞങ്ങൾ കാലുകുത്തിയിരിക്കുന്നത്.

പതിനഞ്ചാം നൂറ്റാണ്ടിൽ പണികഴിപ്പിച്ച ഫ്രോസ കോട്ടയുടെ (Sforza Castle) പരിസരത്താണ് ബസ്സിറങ്ങിയത്. മഴയുടെ സാധ്യത പ്രതീക്ഷിച്ചിരുന്നതാണ്. രാവിലെ മുതൽ നേരിയ തോതിൽ മഴയുണ്ടായിരുന്നു. കുടയില്ലാത്തവരെ സഹായിക്കാൻ ഒരു കച്ചവടക്കാരൻ ബസ്സിനടുത്തെത്തി. കുടയില്ലാത്തവർക്ക് കുറഞ്ഞ വിലയിൽ അത് വാങ്ങാം. പലരും ആ ഇറ്റാലിയൻ കുടകൾ വാങ്ങി. ഫ്രോസ കോട്ടയുടെ ഓരം ചേർന്ന് നടന്നു. ഫ്രോസ രാജവംശത്തിന്റെ സ്ഥാപകനായ ഫ്രാൻസെസ്കോ ഫ്രോസ, പതിനാലാം നൂറ്റാണ്ടിലെ ഒരു പുരാതന കോട്ടയുടെ പുനരുദ്ധാരണം നടത്തിയാണ്, ഈ കോട്ടകൊത്തളങ്ങൾ ഇന്ന് കാണുന്ന വിധം നിർമ്മാണം പൂർത്തിയാക്കിയാണ്. അത് എത്ര വലിയ നിർമ്മിതിയാണെന്ന് ചുറ്റും ഒരു വട്ടം നടന്നു തീർക്കാൻ പാടുപെടുമ്പോഴാണ് അറിയുക. ചതുരാകൃതിയിലുള്ള കോട്ടയുടെ ചുറ്റിലും വലിയ കിടങ്ങുകളാണ്. അതിൽ ഒരു ഭാഗത്തുള്ള പാലത്തിലൂടെ അകത്തേക്ക് നടന്ന് ഒരു ചെറിയ നടുമുറ്റത്ത് എത്തി. കോട്ടയെ സംബന്ധിക്കുന്ന വിവരണങ്ങളും ഔട്ട് ലൈൻ മാപ്പും ഒക്കെ അവിടെ പ്രദർശിപ്പിച്ചിട്ടുണ്ട്. മറ്റൊരു വന്മതിൽപോലെ നേരെമുന്നിൽ ഒരു ബഹുനില കെട്ടിടവും ഗേറ്റുമാണ്. ഒരു കിടങ്ങിന്റെ മേൽപ്പാലത്തിലേക്കാണ് നടന്നെത്തുക. ഇടതുവശത്തായി ഒരു ഗുഹാ കവാടം കാണാനുണ്ട്. ആ നടുമുറ്റവും ചെറു പൂന്തോട്ടവും കടന്നാൽ അടുത്ത ചുറ്റമതിൽ. കമാനാകൃതിയിലുള്ള അതിന്റെ കവാടം വലിയ ഇരുമ്പു ഗേറ്റുകളാൽ സുരക്ഷിതമാക്കിയിട്ടുണ്ട്. വീണ്ടുമൊരു കിടങ്ങിനു മുകളിലൂടെയാണ് പ്രധാന നടുമുറ്റത്തെത്തുക.

കണ്ണഞ്ചിപ്പിക്കുന്ന ഒരു കാഴ്ചയാണ് മുന്നിൽ. കോട്ടയുടെ നടുവിലായി ചതുരാകൃതിയിലുള്ള പ്രധാന മണിഗോപുരം തല ഉയർത്തി നിൽക്കുന്നു. അതിന്റെ ഇരു വശങ്ങളിലും കോട്ടയുടെ രണ്ട് കോണുകളിലായി വൃത്താകൃതിയിലുള്ള ഗോപുരങ്ങൾ. ചതുരാകൃതിയിലുള്ള വലിയ നടുമുറ്റം.

പ്രധാന കവാടം കടന്നു പുറത്തേക്കിറങ്ങുന്നത് വലിയൊരു ജലധാരയുടെ കാഴ്ചയിലേക്കാണ്. അതിനപ്പുറം കുതിര ലാടാകൃതിയിൽ പണി തീർത്ത അനുബന്ധ കൊട്ടാര സദൃശ്യമായ വാസ്തുനിർമ്മിതികൾ. അതിനുമപ്പുറം ഇറ്റാലിയൻ നഗര കാഴ്ചകൾ. ഉച്ച ഭക്ഷണത്തിന്റെ സമയമായതുകൊണ്ടും മഴയുടെ തീവ്രത കൂടിയതുകൊണ്ടും ആ മനോഹരമായ കാഴ്ചകൾ മതിയാക്കി ഹോട്ടലിലേക്ക് നടന്നു.

• Sforza Castle

മിലൻ കത്തീഡ്രൽ സ്ക്വയർ

ഉച്ച ഭക്ഷണത്തിനു ശേഷം നേരെ നടന്നെത്തിയത് മിലൻ നഗരത്തിന്റെ കേന്ദ്ര സ്ഥാനമായ (അക്ഷരാർത്ഥത്തിൽ തന്നെ) കത്തീഡ്രൽ സ്ക്വയറിലേക്കാണ് (piazza del duomo). അവിടെ മിലൻ കത്തീഡ്രൽ എന്ന ലോകോത്തര വാസ്തു നിർമ്മിതിയുടെ കാഴ്ചയാണ് ആദ്യം കണ്ണിലുടക്കുക. ചതുരാകൃതിയിലുള്ളതും 1,86,000 ചതുരശ്ര അടി വിസ്തൃതിയുള്ളതുമായ ചത്വരത്തിനു ചുറ്റും നിർമ്മിച്ചിരിക്കുന്ന കെട്ടിടങ്ങൾ ഓരോന്നും മനം കുളിർപ്പിക്കുന്ന യൂറോപ്യൻ മോഹക്കാഴ്ച്ചകളാണ്. പതിനാലാം നൂറ്റാണ്ടു മുതൽ പത്തൊൻപതാം നൂറ്റാണ്ടുവരെ പല ഘട്ടങ്ങളായി പണി പൂർത്തിയാക്കിയ കൊട്ടാര സദൃശങ്ങളായ നിർമ്മിതികളാണ് അവയൊക്കെയും. ഏത് കാണണം എവിടെ നോക്കി നിൽക്കണം എന്ന ആശയക്കുഴപ്പം മിലൻ കത്തീഡ്രൽ ദേവാലയം തന്നെ പരിഹരിച്ചു തരും. അത്ര മികവാർന്ന ഒരു കലാ സൃഷ്ടിതന്നെയാണ് അത്. നടന്നും പറന്നും വിഹരിക്കുന്ന നൂറുകണക്കിന് പ്രാവുകളുടെ കുറുകൽ സംഗീതവിരുന്നും ആസ്വദിച്ചുകൊണ്ട് അവർക്കിടയിലൂടെ നടന്ന് വേണം ആ ദേവാലയത്തെ സമീപിക്കാൻ.

അമലോത്ഭവ മാതാവിന് സമർപ്പിച്ചിട്ടുള്ള ഈ ദേവാലയയം മിലൻ ആർച്ച് ബിഷപ്പിന്റെ ആസ്ഥാന ബസ്ലിക്കയാണ്. 1836 മുതൽ 1965 വരെ വിവിധ കാലങ്ങളിലെ വിവിധ ശൈലികളിൽ എത്രയോ ആർക്കിടെക്ടുകളുടെ, വിദഗ്ദ്ധ തൊഴിലാളികളുടെ, കലാകാരന്മാരുടെ ഒക്കെ പരിശ്രമങ്ങളുടെ ഫലമായി രൂപം കൊണ്ടതാണ് ഇപ്പോൾ കാണുന്ന ദേവാലയം. ഏതോ ചടങ്ങു നടക്കുന്നതിനാൽ സന്ദർശകർക്കു പ്രവേശന വിലക്കുണ്ടായിരുന്നതിനാൽ അതിന്റെ പുറം കാഴ്ചകൾ കണ്ടു

• Milan Cathedral square

തൃപ്തിയടയേണ്ടി വന്നു. എത്രയോ ശിൽപ്പങ്ങൾ, എത്രയോ ചിത്രങ്ങൾ, അലങ്കാര കൊത്തുവേലകൾ നിറഞ്ഞ എത്രയോ സ്പിയറുകൾ. അംബര ചുംബികളായ മുഖവാരത്തിലെ ദേവാലയ ഗോപുരങ്ങൾ തന്നെ ഒരു കാഴ്ചയാണ്.

ഇറ്റലിയുടെ സ്വാതന്ത്ര്യത്തിനു വേണ്ടി യുദ്ധം നയിച്ച് (Second Italian War of Independence) വിജയം വരിച്ച, ഇറ്റലിയുടെ പിതാവ് എന്ന് വിശേഷിപ്പിക്കപ്പെടുന്ന, (പുനരേകീകൃത ഇറ്റലിയുടെ ആദ്യ രാജാവ്) വിക്ടർ ഇമ്മനുമേൽ രണ്ടാമന്റെ (Victor Emmanuel Mario Albert Eugene Ferdinand Thomas) സ്മരണക്കായി നിർമ്മിച്ച മനോഹരമായ ഒരു പ്രതിമയുണ്ട് ആ ചത്വരത്തിൽ. മിലൻ കത്തീഡ്രലിന്റെ മുൻപിലുള്ള അതി വിശാലമായ ചത്വരത്തിൽ, ദേവാലയത്തിന്റെ നേരെ മുന്നിലായി, 1896 ൽ നിർമ്മിച്ച ഒരു മനോഹര ശിൽപ്പം. കുതിരപ്പുറത്തു കയറി യുദ്ധം നയിക്കുന്ന രാജാവിന്റെ ഒരു പൂർണ്ണകായ പ്രതിമയാണത്.

പ്രാവുകളുടെ വിഹാര കേന്ദ്രമായ ആ ചത്വരത്തിലെ സ്ഥലം മുഴുവനായും അവർ കൈയ്യടക്കിയതാണോ എന്ന് തോന്നുമാറ് അവരങ്ങനെ പറന്നു കളിക്കുകയാണ്. അവയുടെ ഇഷ്ട ഭക്ഷണം കൈയിൽ പിടിച്ചാൽ അവർ പറന്നു വന്നു കൈകളിൽ ഇരുന്ന് ഫോട്ടോക്ക് പോസു ചെയ്യും. അവിടെയെത്തുന്ന സഞ്ചാരികളെ പ്രാവുകളുടെ സൗഹൃദത്തിലേക്ക് നയിച്ച് അവർക്കൊപ്പം ചിത്രമെടുക്കാൻ സഹായിക്കുന്നവരെയും അവിടെ കാണാം. മഴ ചാറുന്ന നേരമായതിനാൽ പ്രാവുകളുടെ എണ്ണം അൽപ്പം കുറവാണെന്നാണ് അവർ പറഞ്ഞത്.

ആധുനിക ഷോപ്പിംഗ് മാളുകളുടെ മുതു മുത്തശ്ശി- ഗല്ലേറിയ (Galleria)

മഴ ചാറുന്നുണ്ട് . കുളിരു കോരുന്ന ശീതക്കാറ്റിന്റെ തലോടൽ തൊലിപ്പുറത്തുനിന്നും അസ്ഥിയിലേക്ക് പടർന്നു കയറുന്നു. അതുകൊണ്ട് മിലൻ കത്തീഡ്രൽ സ്ക്വയറിലെ പ്രാവുകളോട് യാത്ര പറഞ്ഞ്, പുറം കാഴ്ചകൾക്ക് വിരാമമിട്ട്, വിക്ടർ ഇമ്മാനുവേൽ രണ്ടാമന്റെ നാമധേയത്തിലുള്ള അതി പുരാതനമായ ഷോപ്പിംഗ് മാളിലേക്ക് (The Galleria Vittorio Emanuele II) ഞങ്ങൾ പ്രവേശിച്ചു. കത്തീഡ്രൽ സ്ക്വയറിലേക്ക് തുറക്കുന്ന നാലു നില കെട്ടിടത്തിന്റെ ഉയരമുള്ള മനോഹരമായ വളച്ചുവാതിൽ ഗേറ്റ് കടന്നാൽ തൃശ്ശൂർ പൂരത്തിന് ആള് കൂടിയപോലെ ജനസാന്ദ്രതയുള്ള വലിയ ഇടവഴിയാണ്. 1877 ൽ തുടക്കമിട്ടതും നാളിതുവരെ ഇറ്റലിയിലെ ഏറ്റവും പ്രസിദ്ധമായ ഒരു വ്യാപാരകേന്ദ്രമായി നിലനിൽക്കുന്നതുമായ

• Galleria - Milan

സൂപ്പർ മാർക്കറ്റ് 'ഗല്ലേറിയ' (Galleria) ആണ്, ആ നടവഴിക്ക് ഇരുവശത്തുമായി കാണപ്പെടുന്നത്. ലോക പ്രസിദ്ധമായ ഫാഷൻ ഉല്പന്നങ്ങളുടെയെല്ലാം വിപണന കേന്ദ്രമായി അതങ്ങനെ തലയെടുപ്പോടെ നില കൊള്ളുന്നു. GUCCI, PRADA,VERSACE, H&M തുടങ്ങിയ സകലമാന ലോക ബ്രാന്ഡുകളുടെയും വിപുലമായ ഷോറൂമുകൾ അവിടെ കാണാം. അതിലുപരി മിലൻ നഗര കേന്ദ്രത്തിലെ ഒരു അസാധാരണ ആർകിടെക്ച്ചർ വിസ്മയം കൂടിയാണ് ഈ കെട്ടിട സമുച്ചയം.

മിലൻ നിവാസികളുടെ 'ലിവിങ് റൂം' എന്ന വിളിപ്പേരുള്ളതും, ആധുനിക ഷോപ്പിംഗ് മാളുകളുടെ മുതുമുത്തശ്ശി എന്ന് വിശേഷിപ്പിക്കപ്പെടാവുന്നതുമായ ഗല്ലേറിയ (Galleria) എന്ന പത്തൊൻപതാം നൂറ്റാണ്ടിലെ ഈ നിർമ്മിതിയുടെ ഡിസൈൻ Giuseppe Mengoni എന്ന ആർക്കിടെക്റ്റ് ആണ് നിർവഹിച്ചത്. നിർഭാഗ്യവശാൽ, ഇതിന്റെ താഴികക്കുടത്തിന്റെ നിർമ്മാണവേളയിൽ, അതിനുവേണ്ടി നിർമ്മിച്ച താൽക്കാലിക പലകത്തട്ടിൽ നിന്നും (Scaffolding) വഴുതി വീണ് അദ്ദേഹം മരണപ്പെടുകയുണ്ടായി. ഗല്ലേറിയയുടെ ഇടവഴിയിലെ മൊസൈക്ക് തറയിൽ നിന്നും ആ സങ്കടവാർത്ത കൂടി വായിച്ചെടുക്കേണ്ടതുണ്ട്.

ഇരു വശങ്ങളിലുമുള്ള ബഹുനില കെട്ടിടങ്ങളെ കൂട്ടിയിണക്കിക്കൊണ്ട്,അതിനിടയിലെ പെരുവഴിക്ക് ഒരു മേൽക്കൂര കെട്ടിയാൽ എങ്ങനെയുണ്ടാകും. അതാണ് ശരിക്കും ഈ ഗലേറിയ. ഏതാണ്ട് നാല് ഫുട്ബോൾ കോർട്ടിന്റെ വലുപ്പം (225650 sq feet) വരുന്ന സ്ഥലമത്രയും കുരിശാകൃതിയിലുള്ള മനോഹരമായ ഒരു മേലാപ്പിനുള്ളിൽ സംരക്ഷിച്ചിരിക്കുന്നു എന്ന് പറയാം.

തലങ്ങും വിലങ്ങുമായി വീതിയേറിയ ഇടവഴികളോടെ നിർമ്മിച്ച നാല് നിലയുള്ള നാല് കെട്ടിട സമുച്ചയങ്ങളെ കമാനാകൃതിയിലുള്ള മേൽക്കൂരകൊണ്ട് സംരക്ഷിച്ചിരിക്കുന്ന വിധത്തിലാണ് അതിന്റെ നിർമ്മിതി. La Scala എന്ന അതിഗംഭീരമായ മിലൻ ഓപ്പറ ഹൌസും Duomo എന്ന മിലൻ കത്തീഡ്രൽ ദേവാലയവും കൂട്ടയിണക്കുന്ന രാജപാതയുടെ മേൽക്കൂര പോലെയാണ് ഗല്ലേറിയയുടെ നെടിയ ഭാഗം നിർമ്മിച്ചിരിക്കുന്നത്. അതെ ഇത് കലയുടെയും ഭക്തിയുടെയും പരസ്പരബന്ധത്തിന്റെ ഇടനാഴിയാണ് തീർച്ച. അതിന്റെ ഒത്ത നടുവിലായി നാലും കൂടിയ കവലയിൽ മേൽക്കൂരകളെ തമ്മിൽ ബന്ധിപ്പിക്കുന്നതിനുള്ള താഴികക്കുടം പോലുള്ള നിർമ്മിതി ആരും കണ്ടു നിന്നുപോകും. ഇരുമ്പും ഗ്ലാസും മാത്രം ഉപയോഗിച്ചാണ് മേൽക്കൂരയുടെ നിർമ്മാണം. നടപ്പാതകൾ മുഴുവനും വിവിധ വർണ്ണത്തിലുള്ള മാർബിൾ കഷണങ്ങൾ കൊണ്ടുള്ള മനോഹരമായ ചിത്രവേലകൾ കൊണ്ടും അലങ്കരിച്ചിരിക്കുന്നു.

ആ മൊസൈക്ക് തറയിലൂടെ, ഇരുവശങ്ങളിലും അണിനിരത്തിയിട്ടുള്ള ഫാഷൻ ഉൽപ്പന്നങ്ങളുടെ പുറം കാഴ്ച്ചകളും കണ്ട് നടന്നെത്തിയത് അതിപുരാതനമായ ട്രാമുകൾ ഓടുന്ന തെരുവിലേക്കാണ്. 1881 മുതൽ തളരാതെ ഓടുന്ന ട്രാമുകൾ ഇപ്പോഴും ആ തെരുവിലുണ്ട്. 1605 എന്ന കാലം രേഖപ്പെടുത്തിയ, ഗ്രെക്കോയിലേക്ക് (GRECO) എന്ന ഡിജിറ്റൽ ബോർഡുമായി സഞ്ചരിക്കുന്ന, അതി പുരാതനമായ ഒരു ട്രാമിനെ അത്ഭുതത്തോടെ നോക്കി നിന്നു. ആ വാഹനത്തോളം പ്രായമുള്ള ഒരു യാത്രികൻ വടി കുത്തി മെല്ലെ മെല്ലെ പുറത്തിറങ്ങുന്ന

കാഴ്ച അതിലേറെ കൗതുകമുണ്ടാക്കി. ഒരു പക്ഷേ അദ്ദേഹത്തിന്റെ ഗൃഹാതുരമായ ഓർമ്മകളാവാം തന്റെ യാത്രക്ക് ആ വാഹനം തന്നെ തിരഞ്ഞെടുക്കാനുള്ള ഉൾപ്രേരണ നൽകുന്നത്. തെരുവോരങ്ങളിൽ സ്ഥാപിച്ചിട്ടുള്ള അനേകം സചിത്ര വിവരണങ്ങളിൽ നിന്നും മിലൻ റെയിൽ നിർമ്മാണത്തിന്റെ ചരിത്രവും നമുക്ക് പഠിക്കാം. പൊതു നിരത്തുകൾ പോലും ചരിത്ര മ്യൂസിയമാക്കുന്ന കലാബോധം. ചരിത്രമു റങ്ങുന്ന ഒരു നഗരത്തെ എങ്ങനെ ടൂറിസ്റ്റ് സൗഹൃദമാക്കാം എന്നതിന്റെ തെളിവാണ് അത്.

നല്ല മഴയുണ്ടായിരുന്നു. എങ്കിലും ലോക പ്രസിദ്ധമായ ഒരു ഇറ്റാ ലിയൻ ഐസ് ക്രീം നുണയത്തെ മടങ്ങുന്നത് ശരിയല്ല എന്ന വെളിപാട് ആർക്കോ ഉണ്ടായതുകൊണ്ട് വഴിയോരത്തെ ഒരു കടയിലേക്ക് കയറി. "ആകെ മുങ്ങിയാൽ പിന്നെ കുളിരില്ല" എന്ന ചൊല്ലിന് അർത്ഥമുണ്ടെ ന്നറിഞ്ഞത് ആ കൊട്ടും തണുപ്പിൽ ഒരു ഐസ്ക്രീം കൂടി നുണഞ്ഞപ്പോ ഴാണ്. അകവും പുറവും ഒരുപോലെ തണുത്തു.

സമയം അതിക്രമിച്ചു എന്ന അറിയിപ്പുമായി സവിത കൊടിയുമേന്തി മുന്നേ നടന്നപ്പോൾ, മിലൻ നഗരകേന്ദ്രത്തോട് വിടപറഞ്ഞ്, അനു സരണയുള്ള കുഞ്ഞാടുകളെപ്പോലെ ഞങ്ങൾ അനുഗമിച്ചു. ഫ്രോസ കാസ്റ്റിൽ ഫൗണ്ടനും കടന്ന് കോട്ടയിലൂടെ തിരികെ നടന്നു. കോട്ടയുടെ പുറം മതിലിനോട് ചേർന്നുള്ള നടവഴികളിലൂടെ ബസ്സിനരികിലെത്തി.

വൈകുന്നേരം 4.10 നാണ് മിലനിൽ നിന്നും ബസ്സ് പുറപ്പെട്ടത്. ഇനി സുദീർഘമായ യാത്രയാണ്. ഞങ്ങളുടെ യൂറോപ്യൻ യാത്രയുടെ ഫിനിഷിങ് പോയന്റായ സാക്ഷാൽ വെനീസിലേക്ക് 300 കി മി ദൂരമുണ്ട്. ഏതാണ്ട് മൂന്നു മണിക്കൂർ യാത്ര. പാദുവ വഴിയാണ് കടന്നു പോയതെങ്കിലും സമയം അതിക്രമിച്ചതിനാൽ അവിടെ ഇറങ്ങിയില്ല. വെനീസിലേക്ക് കർശന സുരക്ഷാപരിശോധനകൾക്കു ശേഷമാണ് ബസ്സ് കടത്തി വിട്ടത്. താമസം ഏർപ്പെടുത്തിയ ലിയനാർഡോ റോയൽ ഹോട്ടലിനു മുന്നിൽ ബസ്സിൽ നിന്നിറങ്ങുമ്പോഴേക്കും സമയം രാത്രി എട്ടു മണി. സുദീർഘമായ യാത്രയുടെ ക്ഷീണം മാറ്റണം. അനുവദിച്ചു കിട്ടിയ മുറികളിലേക്ക് ഞങ്ങൾ വേഗം ചേക്കേറി.

അഡ്രിയാറ്റിക്കിലെ റാണി-
സാക്ഷാൽ വെനീസ്

യൂറോപ്യൻ യാത്രയുടെ അവസാന ദിവസമാണ്. അവിസ്മരണീയ കാഴ്ചകൾ ഒരുക്കി സഞ്ചാരികളെ കാത്തിരിക്കുന്ന സാക്ഷാൽ വെനീസിന്റെ മണ്ണിലേക്കാണ് യാത്ര. പ്രഭാത ഭക്ഷണത്തിനു ശേഷം വെനീസിലേക്ക് പുറപ്പെട്ടു. രണ്ടു കി മി നീളമുള്ള ലിബർട്ടി കടൽ പാലം കടന്ന് വെനീസിലെ Tronchetto പാർക്കിങ്ങിൽ ബസ്സിറങ്ങി ജെട്ടി യിലേക്ക് നടന്നു. ക്ലാസിക് ഭാവങ്ങളുള്ള ഒരു ബോട്ട് അവിടെ 1 A പിയറിൽ ഞങ്ങൾക്കായി കാത്തുകിടക്കുന്നുണ്ടായിരുന്നു. വെനീഷ്യൻ ലെഗൂണിലൂടെ, വെനീസിന്റെ അത്ഭുതക്കാഴ്ചകൾ ലക്ഷ്യമാക്കി ബോട്ട് സഞ്ചാരം ആരംഭിച്ചു. ഭീമാകാരൻ കപ്പലുകളായ സിൽവർസീയും (Silver sea) അസാമാര ക്ലബ് ക്രൂയിസും (Azamara club Cruises) ഒക്കെ നങ്കൂരമിട്ട കായൽ പരപ്പിലൂടെയാണ് ബോട്ടു യാത്ര. ബഹുനില മന്ദിരങ്ങൾ പോലെ അത്യാധുനിക വസ്തു ശൈലിയിൽ നിർമ്മിച്ച ആ ആഡംബര കപ്പലുകൾക്ക് പിന്നിൽ, കരയിൽ കാണുന്ന പൗരാണിക വസ്തു നിർമ്മിതികളുടെ തലയെടുപ്പിന് മങ്ങലേറ്റിരിക്കുന്നുവോ?. ഏയ് ഒരിക്കലുമില്ല. രണ്ടും രണ്ടാണ്. പൗരാണിക പണിത്തരങ്ങളുടെ പ്രൗഢി ഒരു ആധുനികതക്കും മറികടക്കാനാവില്ല തന്നെ. യാത്രാ ബോട്ടുകളും വള്ളങ്ങളും കായലിലൂടെ തലങ്ങും വിലങ്ങും ചലിക്കുന്നുണ്ട്.

അതിപുരാതന സംസ്കൃതിയുടെ ഈറ്റില്ലമായ വെനീസിലെ കാഴ്ചകളിലേക്ക് എത്തുമ്പോഴാണ് തലേദിവസത്തെ സുദീർഘമായ യാത്രയുടെ ആലസ്യവും ക്ഷീണവും അലിഞ്ഞില്ലാതാവുന്നത്, . "La Serenissima", "Queen of the Adriatic", "City of Water", "City of Masks", "The Floating City", "City of Canals" എന്നി

• Bridge of Sighs - Venice

വിശേഷണങ്ങൾക്കൊപ്പം, പാലങ്ങളുടെ നഗരം (City of Bridges) എന്നുകൂടി അറിയപ്പെടുന്ന, സാക്ഷാൽ വെനീസിൽ, ലോക പ്രശസ്തമായ സെന്റ്. മാർക്ക്സ് സ്ക്വയറിനടുത്തായിട്ടാണ് ബോട്ടിൽ നിന്നിറങ്ങിയത്.

നെടുവീർപ്പുകളുടെ പാലം

കായൽക്കരയിലെ വിശാലമായ നടവഴിയിലൂടെ സെന്റ്. മാർക്ക്സ് സ്ക്വയർ ലക്ഷ്യമാക്കി നടക്കുമ്പോൾ ഒരു പാലത്തിൽ സഞ്ചാരികൾ കൂട്ടം കൂടി നിൽക്കുന്നു. അവിടെ നിന്ന് നോക്കുമ്പോൾ കാണികളെ വല്ലാതെ ആകർഷിക്കുന്ന മറ്റൊരു പാലം കാണാം. നെടുവീർപ്പുകളുടെ പാലം (Bridge of Sighs) എന്ന് ലോഡ് ബൈറൺ ആംഗലേയ പരിഭാഷ നൽകി ലോകത്തിന് പരിചയപ്പെടുത്തിയ ചരിത്ര പ്രസിദ്ധമായ പാലം.

ജലഗതാഗതത്തെ മാത്രം ആശ്രയിക്കുന്ന ഒരു ജനതയുടെ നാടായ വെനീസിൽ, ഗോത്തിക് നിർമ്മാണ ശൈലിയുടെ ഉത്തമ ഉദാഹരണങ്ങളായ കൊട്ടാരങ്ങളും ദേവാലയങ്ങളും മണി മന്ദിരങ്ങളും തിങ്ങി നിറഞ്ഞ സെന്റ്. മാർക്ക്സ് സ്ക്വയറിലെ അത്ഭുത കാഴ്ചകളോടൊപ്പം നെടുവീർപ്പുകളുടെ പാലവും കണ്ണിലുടക്കാതിരിക്കില്ല. ഒരു കനാലിന്റെ ഇരുവശത്തുമായി പണിതുയർത്തിയിരിക്കുന്ന ഡോജസ് പാലസും റിയോ ഡി പ്ലാസയും തമ്മിൽ ബന്ധിപ്പിക്കുന്ന പാലമാണത്. ഡോജസ് പാലസിലെ (Doges Palace) വിചാരണ മുറിയിൽ നിന്നും ശിക്ഷാവിധി കേട്ട്, കനാലിന്റെ മറുവശത്തെ റിയോ ഡി പ്ലാസയിലെ ജയിലറകളിലേക്ക് നയിക്കപ്പെടുന്ന കുറ്റവാളികൾക്ക്, വെനീസിന്റെ സുന്ദരമായ കാഴ്ചകൾ അവസാനമായി ഒരു നോക്ക് കാണാൻ അവസരം

ലഭിക്കത്തക്ക വിധം, തുറന്നിട്ട രണ്ട് ജനാലകൾ നിർമ്മിച്ച്, ബാക്കിഭാഗമെല്ലാം അടച്ചുകെട്ടിയ, 11 മീറ്റർ നീളമുള്ള ഒരു പാലം. 16-ാം നൂറ്റാണ്ടിലെ ഒരു മനോഹര നിർമ്മിതി. മരണ വാറണ്ട് കൈപ്പറ്റിയവന്റെ നെഞ്ചു പിളർക്കുന്ന വേദനയുടെ എത്രയെത്ര നെടുവീർപ്പുകളായിരിക്കും ആ ജനാലക്കകത്തെ വെൺഭിത്തികൾ ഏറ്റെടുത്തിട്ടുണ്ടാവുക. എന്ത് മാത്രം കണ്ണുനീർത്തുള്ളികളായിരിക്കും ആ പാലത്തിന്റെ തറയിൽ നിന്നും താഴെയുള്ള കനാൽജലത്തിലേക്ക് ഒഴുകി വീണിട്ടുണ്ടാവുക. ആ പാലത്തിന്റെ ചരിത്രമറിയുന്നവർക്ക് ഒരു നെടു നിശ്വാസത്തോടെ മാത്രമേ അത് കണ്ടു നിൽക്കാൻ കഴിയൂ.

പാലത്തിനു സമീപം ശുചീകരണ ജോലിയിൽ ഏർപ്പെട്ടിരിക്കുന്ന ഒരു തൊഴിലാളിയെ കണ്ടു. ബഹുനില കെട്ടിടത്തിനു മുകളിൽ നിന്നും കയറിൽ തൂങ്ങി കിടന്നു കൊണ്ട് മാലിന്യങ്ങൾ ശേഖരിച്ച്, അരയിൽ കെട്ടിത്തൂക്കിയ സഞ്ചികളിൽ, ഇനം തിരിച്ച് നിക്ഷേപിക്കുകയാണ് അയാൾ. ഇത്തിരി പൊടിപോലും താഴെയുള്ള കനാലിൽ വീഴാൻ ഇടയാകാത്ത വിധം അതീവ ജാഗ്രതയോടെ തൊഴിലെടുക്കുന്ന ആ വെനീസുകാരൻ, അന്നാട്ടിലെ മുഴുവൻ ജനങ്ങളേയും പ്രതിനിധികരിക്കുന്നതായി തോന്നി. അത്രമാത്രം ജാഗ്രതയോടെ പരിപാലിക്കപ്പെടുന്നതുകൊണ്ട് മാത്രമാണല്ലോ വെനീസിലെ കനാലുകളും കായലും കടലും ഒക്കെ മാലിന്യ ലേശമില്ലാതെ ഇത്ര സുന്ദരമായി നിലനിൽക്കുന്നത്. വെനീസ് നിവാസികളുടെ സഞ്ചാര വഴികളായ ഇടുങ്ങിയ കനാലുകളും, അതിന്റെ ഇരുപുറവും നിരനിരയായി പണിതുയർത്തിയ ബഹുനില കെട്ടിടങ്ങളുടെ കാഴ്ചയും, കനലുകളിലൂടെ സഞ്ചാരികളുമായി നീങ്ങുന്ന ഗൊണ്ടോളകളും ഒക്കെ അതുല്യമായ കാഴ്ചയനുഭവം തന്നെയാണ്.

വെനീസിലെ സെന്റ് മാർക്ക്സ് സ്ക്വയർ

നെടുവീർപ്പുകളുടെ പാലം പിന്നിട്ട് നടന്നെത്തുന്നത് വെനീസിലെ സെന്റ് മാർക്ക്സ് സ്ക്വയറിലേക്കാണ് (Piazza San Marco). ലോകത്തിലെ അറിയപ്പെടുന്ന നഗര ചത്വരങ്ങളിൽ ഒന്ന്. വെനീസിലെ ഏറ്റവും പ്രധാനപ്പെട്ട ടൂറിസ്റ്റ് ആകർഷണ കേന്ദ്രം. വെനീസ് സന്ദർശകരെ ആകർഷിക്കുന്ന പ്രധാന ലാൻഡ്മാർക്കുകൾ മിക്കതും ഈ ചത്വരത്തിന് ചുറ്റിലുമായി വിന്യസിച്ചിരുന്നു. ഒരു വശത്ത് അതി പുരാതനമായ സെന്റ് മാർക്ക്സ് കത്തീഡ്രൽ ദേവാലയവും (Basilica di San Marco's) അതിന്റെ മുൻപിലായി അംബരചുംബിയായ കംപനീൽ (St. Mark's campanile) എന്ന മണിഗോപുരവും. മറ്റൊരു കോണിൽ Torre dell'Orologio എന്ന ക്ലോക്ക് ടവറും കാണാം. ദേവാലമുറ്റത്തിന്റെ

• Piazza San Marco

തുടർച്ചയായി,വിശാലമായി പരന്നു കിടക്കുകയാണ് സെന്റ് മാർക്ക്സ് സ്ക്വയർ. അതിന്റെ മൂന്ന് വശങ്ങളിലും അതി ഗംഭീരവും വിശാലവുമായ നടപ്പാതകളുള്ള, ഏകരൂപമുള്ള ബഹുനില മന്ദിരങ്ങൾ. ക്ലാസിക് ഭാവങ്ങളുള്ള ആ മന്ദിരങ്ങളുടെ മുൻ വരാന്തകൾ തന്നെയാണ് സഞ്ചാരികൾ നടപ്പാതയായി ഉപയോഗിക്കുന്നത്.

വെനീസിന്റെ ചരിത്രത്തെ തന്നെയാണ് ഈ ചത്വരം പ്രതിനിധീകരിക്കുന്നത്. ആ വരാന്തയിലൂടെ നടക്കുമ്പോൾ 'വെനീസിലെ കച്ചവടക്കാരന്റെ' ഓർമ്മകളുടെ ഉറവക്കണ്ണുകൾ തുറക്കാതിരിക്കുമോ.

ആൻറ്റോണിയോയും ഷൈലോക്കും പോർഷ്യയും ഒക്കെ ആ വരാന്ത യിലോ തെരുവിലോ ഡോജസിന്റെ കൊട്ടാരത്തിലോ അനവധിയായ കനാൽ വഴികളിൽ എവിടെയെങ്കിലുമോ വിഹരിക്കുന്നുണ്ടാവാം.

വെനീസിലെ ഭരണാധികാരികളായ ഡോജസുമാരുടെ ആരാധന ക്കായി നിർമ്മിച്ച ചാപ്പലിൽ AD 829 ൽ സെന്റ് മാർക്കിന്റെ തിരുശേഷി പ്പുകൾ എത്തിച്ചത് മുതൽ ഇവിടം വെനീഷ്യരുടെ ആത്മീയതയുടെയും, പൗര ജീവിതത്തിന്റെയും, വ്യാപാരത്തിന്റേയും ഒക്കെ കേന്ദ്രസ്ഥാനമായി മാറുകയായിരുന്നു. കോൺസ്റ്റാന്റിനോപ്പിളിന്റെ തകർച്ചയെത്തുടര്ന്ന് വെനീഷ്യൻ പോരാളികൾ തിരിച്ചെത്തിയത്, ബൈസന്റൈൻ കലയും സമ്പത്തും നിറച്ച കപ്പലുകളിലാണ്. വെനീസിനെ അതീവ സമ്പന്നമാ ക്കാൻ അത് മാത്രം മതിയായിരുന്നു. ആ സമ്പത്തു കൊണ്ട് ബസ്സിക്ക മോടിപിടിപ്പിച്ചു. അക്കാലത്തെ വെനീസിന്റെ പ്രൗഢി മുഴുവനും സുവർണ്ണ തിളക്കമായി ബസ്സിക്കയിൽ ഇന്നും കാണാനുണ്ട്. നീണ്ട ക്യൂവിൽ കാത്തു നിന്ന് വേണം അകത്തുകയറാൻ. പുരാതനമായ തൂങ്ങപ്പെട്ട രൂപവും, ശരറാന്തലുകളും, പ്രസംഗപീഠവും, അൾത്താരയും, ചിത്രപ്പണികൾ കൊണ്ട് അലംകൃതമായ കമാന മേൽക്കൂരയും, പല നിറങ്ങളുള്ള മാർബിളുകൾ കൊണ്ട് ഭംഗിയാക്കിയ മൊസൈക്ക് തറയും എല്ലാം സഞ്ചാരികളുടെ കണ്ണിന് വിരുന്നാണ്. ബൈസന്റൈൻ കലാവിരുതിൽ രൂപം കൊണ്ട അനേകം പ്രദർശന വസ്തുക്കൾ വിന്യസിച്ചിരിക്കുന്ന ഒരു മ്യൂസിയവും അവിടെയുണ്ട്.

ചത്വരത്തിലെ പ്രധാനപ്പെട്ട മറ്റൊരു ആകർഷണം കംപനീൽ (St. Mark's campanile) തന്നെയാണ്. മൺകട്ടകൾ കൊണ്ട് ചതുരാകൃതി യിൽ പടുത്തുയർത്തിയ മണിഗോപുരമാണ് അത് . പത്താം നൂറ്റാണ്ടിൽ പണിതുടങ്ങി പന്ത്രണ്ടാം നൂറ്റാണ്ടിൽ പൂർത്തിയാക്കിയ 98 മീ ഉയരമുള്ള മണിഗോപുരത്തിന് ലൈറ്റ് ഹൌസ്സിന്റെ ധർമ്മം കൂടിയുണ്ടായിരുന്നു. അതിന്റെ മുകളിലെത്തി വെനീസിന്റെ ആകാശക്കാഴ്ചകൾ കാണാനുള്ള സൗകര്യവും ഒരുക്കിയിട്ടുണ്ട്.

ബസ്സിക്കയുടെ വലതുവശത്തായി ഒരു അത്ഭുത ഘടികാര ഗോപുരം കൂടിയുണ്ട്. പ്രാചീനകാലത്തു യൂറോപ്പിൽ ജന്മമെടുത്ത ഏതാണ്ടെല്ലാ സാങ്കേതിക വിദ്യകളുടെയും സംഗമം തന്നെയാണ് ഇത്തരം അസ്ട്രോ ണമിക്കൽ ക്ലോക്കുകൾ. സമയം കൂടാതെ ഗ്രഹനിലയും രാശികളും ഒക്കെ കാണിക്കുന്ന ആ ക്ലോക്കിന്റെ മുകൾ തട്ടിൽ (ടെറസ്സിൽ) വലിയൊരു പള്ളിമണിയുണ്ട്. അതിന്റെ ഇരുവശത്തുമായി വലിയ മേട്ടിയും (ചുറ്റിക) പിടിച്ചുകൊണ്ട് നിലയുറപ്പിച്ച പടയാളികളെയും കാണാം. ഓരോ മണി ക്കൂറിലും ഭടന്മാർ വലിയ ചുറ്റിക കൊണ്ട് മണിയിലേക്ക് ആഞ്ഞടിക്കും.

വെനീസിൽ എങ്ങും അലയടിക്കുന്ന വലിയ ശബ്ദത്തോടെ മണി മുഴങ്ങും. നാല് നില കെട്ടിടമാണ് ആ ഘടികാരമന്ദിരം. വെനീഷ്യൻ നവോത്ഥാന വാസ്തുനിർമ്മിതിയുടെ ഉത്തമ ഉദാഹരണം. Merceria ഷോപ്പിംഗ് തെരുവിലേക്ക് തുറക്കുന്ന വലിയ കമാനമാണ് അതിന്റെ ഗ്രൗണ്ട് ഫ്ലോർ. രണ്ടാം നിലയിലാണ് ജ്യോതിശാസ്ത്ര ഘടികാരം. മൂന്നാം നിലയിൽ സുവർണ്ണ തിളക്കമുള്ള മാതാവിന്റെ ഒരു തിരു സ്വരൂപമാണ്. ആഘോഷ വേളകളിൽ അവിടെ ഒരു യാന്ത്രിക പ്രദക്ഷിണം നടക്കാറുണ്ട്. മൂന്ന് രാജാക്കന്മാരും ഒരു മാലാഖയും മാതാവിനെ പ്രദക്ഷിണം വെക്കും. നാലാം നിലയിൽ വെനീസിന്റെ ഐക്കൺ ആയ Lion of St. Mark ന്റെ വലിയ ശില്പമാണ്. അതിനും മുകളിൽ, ഓപ്പൺ ടെറസ്സിലാണ് വലിയ ഓട്ടു മണിയും ഭടൻമാരും. 1496നും1499 നും ഇടയിൽ Mauro Codussi ഡിസൈൻ ചെയ്ത് നിർമ്മിച്ചതാണ് ഇത്.

ഫ്ലോറിയൻ കാപ്പിക്കട

1720 ൽ തുടക്കമിട്ട ഒരു കാപ്പിക്കടയുണ്ട് സെന്റ് മാർക്ക്സ് ചത്വരത്തിൽ. ഫ്ലോറിയൻ കാപ്പിക്കട (Caffè Florian). ചത്വരത്തിന് ചുറ്റുമുള്ള, ഏകമാനമുള്ള ബഹുനില മന്ദിരങ്ങളിൽ, കിഴക്കുഭാഗത്തെ കെട്ടിടത്തിന്റെ തറനിലയിലെ നടവഴിയോട് ചേർന്നാണ്, 300 വർഷങ്ങൾക്ക് മുൻപ് അത് ആരംഭിച്ചത്. മൂന്ന് കുടുസുമുറികളിലായി ആ കാപ്പിക്കട ഇപ്പോഴും അതേപടി തന്നെ നിലനിർത്തിയിരിക്കുന്നു. പതിനെട്ടാം നൂറ്റാണ്ടിൽ സ്ത്രീകൾക്ക് പ്രവേശനം അനിവദിച്ചിരുന്ന വെനീസിലെ ഏക കോഫി ഷോപ്പായിരുന്നുവത്രേ ഫ്ലോറിയൻ. ഒട്ടനവധി സാഹിത്യനായകന്മാരുടെ നിരന്തര സമ്മേളനങ്ങൾക്ക് വേദിയായ സ്ഥലം കൂടിയാണിത്. ആദ്യകാലങ്ങളിൽ ഗോൾഡോണി, ഗെയ്ഥേ, കാസനോവ (Carlo Goldoni, Goethe, Casanova) തുടങ്ങിയവരുടെ

• Caffè Florian - 1720 ൽ തുടക്കമിട്ട കാപ്പിക്കട

ഇഷ്ട സങ്കേതമായിരുന്ന സ്ഥലം പിൽക്കാലത്ത് ബൈറൺ, മാഴ്സൽ പ്രൊസ്റ്റ്, ചാൾസ് ഡിക്കൻസ് (Lord Byron, Marcel Proust, Charles Dickens) തുടങ്ങിയ മഹാരഥന്മാർ കൈയ്യടക്കി എന്നാണ് ചരിത്രം പറയുന്നത്. കലയുടെയും സാഹിത്യത്തിന്റെയും സാംസ്കാരിക ചർച്ചകളുടെയും ഒക്കെ കേന്ദ്രമായിരുന്ന 'ഫ്ലോറിയൻ കാപ്പിക്കട' ഇന്നും സജീവമാണ്. നാലോ അഞ്ചോ തലമുറകൾ കൈമാറിക്കിട്ടിയ അനുഭവസമ്പത്തുമായി, ആ കാപ്പിക്കടയുടെ അന്തസ്സിന് കോട്ടം തട്ടാത്ത നടത്തിപ്പുകാരായി, ഇപ്പോഴുള്ള അവകാശികൾ തുടരുന്നുണ്ട്. ഞങ്ങൾ സന്ദർശിക്കുമ്പോൾ അതിന്റെ തിണ്ണയിൽ ഒരു വലിയ സംഗീത വിരുന്ന് ഒരുക്കിയിരിക്കുകയാണ്. കടയുടെ വരാന്തയിലും അതിന്റെ മുൻപിലുള്ള കല്ല് പാകിയ തറയിലും നിരത്തിയിട്ടിരിക്കുന്ന കസേരകളിൽ അമർന്നിരുന്ന് കാപ്പിയോ ബിയറോ വാങ്ങി കുടിച്ചുകൊണ്ട് സംഗീതം ആസ്വദിക്കുകയാണ്, Caffè Florian -ന്റെ നവയുഗ ഉപഭോക്താക്കൾ.

പതിനേഴാം നൂറ്റാണ്ടിന്റെ പ്രാചീന പ്രൗഢിയിൽ നിലനിർത്തിയിരിക്കുന്ന കഫറ്റീരിയകളും, വിവിധ കേന്ദ്രങ്ങളിലായി നിലയുറപ്പിച്ച സംഗീതജ്ഞരുടെ പ്രകടനവും എല്ലാം വെനീസ് സഞ്ചാരികളെ ഹർഷപുളകിതരാക്കുക തന്നെ ചെയ്യും.

നഗര ചത്വരത്തിലേക്കുള്ള വഴിയും പരിസരവുമാകെ വെച്ചുവാണിഭക്കാർ കൈയ്യടക്കിയിരിക്കുന്നു. സഞ്ചാരികൾ ആഗ്രഹിക്കുന്ന സുവനീറുകൾ എത്ര വേണമെങ്കിലും അവിടെ വാങ്ങാൻ കിട്ടും. തെരുവ് കച്ചവടക്കാരാണെങ്കിലും, വയർലെസ് സ്വയിപ്പിംഗ് മെഷീൻ ഉപയോഗിച്ചുള്ള പണരഹിതമായ വ്യാപാരമാണ് (പ്ലാസ്റ്റിക് മണി) അധികവും നടക്കുന്നത്. മടക്ക യാത്രയിൽ ഡോജസ് പാലസും നെടുവീർപ്പുകളുടെ പാലവും ഒക്കെ പിന്നിട്ട്, വിക്ടർ ഇമ്മാനുവേൽ രണ്ടാമന്റെ പ്രതിമക്കരികെ നിന്ന് ചിത്രങ്ങൾ എടുത്തു. സാൻ സക്കറിയ പള്ളിക്ക് മുന്നിലെ ബോട്ട് ജെട്ടിയിലേക്ക് നടന്നെത്തുമ്പോൾ മടക്കയാത്രക്കുള്ള ബോട്ട് അവിടെ ഞങ്ങളെയും കാത്തുകിടക്കുന്നുണ്ടായിരുന്നു.

മടക്കയാത്ര

വെനീസിലെ അതിശയക്കാഴ്ചകൾ കണ്ടു കൊതിതീരാതെയാണ് മടങ്ങേണ്ടി വന്നത്. (വെനീസിൽ എന്നല്ല, യൂറോപ്പിലൂടെയുള്ള ഈ ഓട്ടപ്രദക്ഷിണത്തിനിടയിൽ ഒരിടത്തും, അവിടെ കാണേണ്ടതിന്റെ ആയിരത്തിൽ ഒന്നുപോലും കാഴ്ചകളിലേക്ക് എത്തിപ്പെടാൻ ഞങ്ങൾക്ക് കഴിഞ്ഞിരുന്നില്ല എന്ന സങ്കടം ബാക്കിയാണ്). യൂറോപ്പിനെ അൽപ്പമാത്രം പരിചയപ്പെട്ടു എന്ന സന്തോഷത്തോടെയാണ് മിലൻ ലക്ഷ്യമാക്കിയുള്ള മടക്ക യാത്ര ആരംഭിച്ചത്. വൈകുന്നേരത്തെ ഫ്ലൈറ്റിൽ മിലാനിൽ നിന്നും മടക്ക യാത്രയാണ്. പത്തു ദിവസങ്ങൾ കടന്നുപോയതറിഞ്ഞില്ല.

പീപ്പിൾ മൂവർ എന്ന ട്രെയിൻ ഷട്ടിൽ സർവ്വീസ് നടത്തുന്ന ലൈനിന്റെ ഓരം ചേർന്ന്, ലിബർട്ടി പാലത്തിലൂടെ, വെനീസ് ലഗൂൺ മുറിച്ചുകടന്നു. മിലാനിലേക്കുള്ള യാത്രാ വഴിയിൽ ഒരു 'ഓട്ടോ ഗ്രിൽ'

• AutoGrill bridge-restaurant

• Milan - Venice Highway. View from AutoGril Bridge Restaurant

ഭക്ഷണ ശാലയിൽ കയറി. ഓട്ടോഗ്രിൽ എന്നത് ഇറ്റലി കേന്ദ്രമായി പ്രവർത്തിക്കുന്ന ഒരു അന്താരാഷ്ട്ര കാറ്ററിംഗ് കമ്പനിയാണ്.

ഞങ്ങൾ കയറിയത് ഒരു പാലം പോലെയുള്ള (bridge-restaurant) റെസ്റ്റോറന്റിലാണ്. വീതിയേറിയ റോഡിന് കുറുകെ നിർമ്മിച്ചിരിക്കുന്ന ഒരു വലിയ മേൽപ്പാലം. റോഡിന് ഇരുവശത്തുനിന്നും അതിലേക്ക് പ്രവേശിക്കാം. അതുകൊണ്ടു തന്നെ ആരും റോഡ് മുറിച്ചു കടക്കേണ്ടതില്ല. മാത്രവുമല്ല ഇരുവശങ്ങളിലും ധാരാളം പാർക്കിങ് സൗകര്യങ്ങളും, പെട്രോൾ പമ്പുകളും, ബാത്റൂമുകളും, സൂപ്പർമാർക്കറ്റുകളും ഒക്കെയുള്ളതിനാൽ ദീർഘ ദൂര യാത്രക്കാർക്ക് പലവിധത്തിൽ അത് ഉപകാരപ്രദമാണ്.

മേൽക്കൂരയുള്ള ഒരു പാലം പോലെയാണ് റെസ്റ്റോറന്റ്. താഴെയുള്ള എട്ടുവരിപ്പാതയിലൂടെ വാഹനങ്ങൾ ഇരുവശത്തേക്കും ചീറിപ്പായുന്നതു കണ്ടു കൊണ്ട് ഇഷ്ട വിഭവങ്ങൾ ഓർഡർ ചെയ്തു കഴിക്കാം. bridge-restaurant നല്ലൊരു സംവിധാനമായി തോന്നി. പട്ടണത്തിന്റെ തിരക്കിൽ നിന്ന് മാറി, പൊതുവഴികളുടെ ഒഴിവിടങ്ങളിൽ ആരംഭിക്കാവുന്ന നല്ലൊരു സംരംഭം. സ്ഥലലഭ്യത ഏറ്റവും വലിയ പ്രശ്നമായ കേരളത്തിൽ എന്തുകൊണ്ട് ഇത്തരം നല്ല കാര്യങ്ങൾ ആരംഭിക്കുന്നില്ല എന്നൊരു ചിന്തയോടെയാണ് രുചികരമായ സാൽമൺ മൽസ്യത്തിന്റെ വലിയ കഷണത്തോട് കത്തിയും ഫോർക്കുമായി യുദ്ധം ആരംഭിച്ചത്.

നല്ല നിലവാരമുള്ള സൂപ്പർ ഹൈവെകളാണ്. പക്ഷെ അതനുസരിച്ചുള്ള നല്ല ടോളും കൊടുക്കണം. അതൊന്നും അവിടെയാരും ഒരു വലിയ

പ്രശ്നമായി കാണുന്നില്ല എന്നാണ് തോന്നുന്നത് . ബസ്സിനുള്ളിലാകട്ടെ യാത്രയുടെ സമാപനനിമിഷങ്ങൾ അടുത്തുവരുന്നതിന്റെ പ്രയാസം മറികടക്കാനുള്ള തത്രപ്പാടിലാണ്. ഒരേ മനസ്സും ചിന്തകളുമുള്ളവരായി, ഒരേ ലക്ഷ്യത്തിലേക്ക് സഞ്ചരിക്കുന്ന ആൾക്കൂട്ടമായി ഞങ്ങൾ പരിണമിച്ചിരിന്നുവല്ലോ.

മിലൻ എയർപോർട്ടിൽ ബസ്സിറങ്ങി. പത്തു ദിവസം ഞങ്ങളെ സുരക്ഷിതമായി നയിച്ച സാരഥി Karoly Horvath ന് നന്ദിപറഞ്ഞു. അദ്ദേഹത്തിന്റെ കൂടെ നിന്ന് ചിത്രങ്ങൾ പകർത്തി. പിന്നെ എല്ലാവരും ചെക്കിൻ ചെയ്തു. ഏതോ അന്താരാഷ്ട്ര മത്സരത്തിന് വന്ന് ഒന്നാം സമ്മാനവുമായി മടങ്ങുന്ന ഇന്ത്യൻ ടീം വട്ടമിട്ടിരുന്ന് ഇറ്റാലിയൻ പിസ്സ കഴിക്കുന്നു. അവരോട് കുശലാന്വേഷണങ്ങൾ നടത്തി. തമിഴ്നാട്ടിൽ നിന്നും വന്ന് ഇന്ത്യക്ക് വേണ്ടി സ്വർണ്ണ മെഡൽ നേടിയ അവരെ അഭിമാനത്തോടെ അനുമോദിച്ചു. മടക്ക യാത്രക്കുള്ള വിമാനത്തിനായി കാത്തിരുന്നു.

ഒമാൻ എയർ WY 144 ബോയിങ് 787 - 9 വിമാനത്തിലാണ് മസ്കറ്റിലേക്ക് പറന്നത്. വെളുപ്പിന് മസ്ക്കറ്റിൽ ഇറങ്ങുന്നതിനു മുമ്പേ പല്ല് തേക്കാനുള്ള ബ്രഷും പേസ്റ്റും ഒക്കെ അടങ്ങിയ ഓരോ കിറ്റ് എല്ലാ യാത്രക്കാർക്കും വിതരണം ചെയ്തു. അത്യാധുനിക സൗകര്യങ്ങളുള്ള മസ്ക്കറ്റ് അന്താരാഷ്ട്ര വിമാനത്താവളത്തിൽ പ്രഭാത കർമ്മങ്ങൾ ഒക്കെ കഴിഞ്ഞ്, നെടുമ്പാശ്ശേരിയിലേക്കുള്ള ഫ്ലൈറ്റിനായി ക്യൂ നിന്ന് സെക്യൂരിറ്റി ചെക്കിങ് അടക്കമുള്ള നടപടികൾ എല്ലാം പൂർത്തിയാക്കി ഗേറ്റിലേക്ക് നടക്കാൻ നോക്കുമ്പോഴാണ്, വായനാട്ടുകാരി ജാനുവേച്ചി

• Milan Airport- ഇന്ത്യൻ കായിക താരങ്ങൾ

കൂടെയില്ല എന്നറിയുന്നത്. പിന്നെ അന്വേഷണമായി. പരക്കം പാച്ചിലായി. ചെക്കിൻ നടപടികൾ പൂർത്തിയാക്കിയ ഞങ്ങൾക്ക് അന്വേഷിച്ചുപോകാൻ കഴിയുമായിരുന്നില്ല. ടൂർ മാനേജരുടെ നേതൃത്വത്തിൽ പോലീസും വിമാനത്താവള ജോലിക്കാരുമായി ബന്ധപ്പെട്ട് അന്വേഷണം ആരംഭിച്ചപ്പോഴേക്കും, ഏതോ വിമാനത്താവള ജോലിക്കാരിയുടെ സഹായത്തോടെ ജാനുവേച്ചി ക്യൂവിൽ സ്ഥാനം പിടിച്ചതായി കണ്ടു. ബോർഡിങ് പാസും ടിക്കറ്റും ഒക്കെ കൈയ്യിലുണ്ടായിരുന്നതിനാൽ അവർക്കു ജാനുവേച്ചിയെ സഹായിക്കാൻ കഴിഞ്ഞു. WY 223 എയർ ബസ്സ് A 320 വിമാനത്തിൽ നെടുമ്പാശ്ശേരിയിലേക്ക് മടങ്ങി. 2019 ഒക്ടോബർ പതിനൊന്നാം തിയതി കേരളത്തിൽ തിരികെ എത്തിയപ്പോൾ കോരിച്ചൊരിയുന്ന മഴയാണ് ഞങ്ങളെ എതിരേറ്റത്.

നന്ദി

ഏറ്റവും മികച്ച സൗകര്യങ്ങളോടെ, മിതമായ നിരക്കിൽ, യൂറോപ്യൻ കാഴ്ചകൾക്ക് അവസരം ഒരുക്കിത്തന്ന സ്വിട്രസ് ഹോളിഡേയ്സിന് നന്ദി. നൂറിലധികം യൂറോപ്യൻ ടൂറുകൾ സംഘടിപ്പിച്ച അനുഭവ സമ്പത്ത് ഉള്ളവർ എന്ന പരിഗണന കൊണ്ട് മാത്രമാണ് ഞാൻ ഈ ടൂർ പ്രോഗ്രാമിൽ അംഗമാകുന്നത്. എന്റെ പ്രതീക്ഷകൾ തെറ്റിയില്ല എന്ന് യാത്രാനുഭവം സാക്ഷി. 39 അംഗ ടീമിനെ നയിച്ച രണ്ട് വനിതാരത്നങ്ങളെ പ്രശംസിക്കാതെ വയ്യ. സവിത എന്ന ടൂർ മനേജർ തന്റെ നേതൃപാടവവും അനുഭവസമ്പത്തും നയചാതുരിയും കൊണ്ട് ടീം അംഗങ്ങളെ ഒത്തൊരുമയോടെ നയിക്കാൻ പ്രാപ്തയാണെന്ന് തെളിയിച്ചു. ഐശ്വര്യയാകട്ടെ ഒരു ട്രെയിനി എന്നതിലപ്പുറം, തന്റെ മുന്നറിവ് വിവരണത്തിലൂടെ സഞ്ചാരികളിൽ ജിജ്ഞാസ ഉണർത്തി, കാഴ്ചകളിലേക്ക് നയിക്കുകയും, ഞങ്ങളുടെ ക്ഷേമത്തിനും മറ്റ് ക്രമീകരണങ്ങൾക്കും സവിതയോട് ഒത്ത്ചേർന്ന് തന്റെ കഴിവ് തെളിയിക്കുകയും ചെയ്തിരിയുന്നു. സുരക്ഷിതവും സുഖകരവുമായ യാത്ര ഒരുക്കിത്തന്ന RFZ 123 എന്ന നമ്പറിലുള്ള മെഴ്സിഡസ് ബെൻസ് ബസ്സിനേയും, കർമ്മ ബോധമുള്ള Karoly Horvath എന്ന ഹംഗറിക്കാരൻ ഡ്രൈവറെയും അനുസ്മരിക്കാതെ വയ്യ. മികവാർന്ന സൗകര്യങ്ങളൊരുക്കിയ ഒമാൻ എയറിലെ വിമാനയാത്രയും, നിലവാരമുള്ള ഹോട്ടലുകളിലെ താമസവും പ്രഭാത ഭക്ഷണവും, ഇന്ത്യൻ റസ്റ്റാറന്റ് കളിലെ അത്താഴവും, പ്രാദേശിക വിഭവങ്ങൾ ആസ്വദിച്ച ഉച്ചഭക്ഷണവും ഒക്കെ സ്വിറ്റ്ട്രസ് ഹോളിഡേയ്സിന്റെ യൂറോപ്യൻ യാത്രയെ അവിസ്മരണീയമാക്കി.

എന്റെ രണ്ടാം യൂറോപ്യൻ യാത്രയുടെ അനുഭവങ്ങളും നേർക്കാഴ്ചകളും എഴുതിത്തയ്യാറാക്കാൻ പ്രേരണയും പ്രോത്സാഹനവും തന്ന് ആവേശം കൊള്ളിച്ച സഹയാത്രികർക്കും, വായിച്ച് പ്രോത്സാഹിപ്പിച്ച ട്രാവൽഗുരു ഫെയ്സ്ബുക്ക് കൂട്ടായ്മയുടെ അഡ്മിൻ പാനലിനും സുഹൃത്തുക്കൾക്കും, പുസ്തക രൂപത്തിലേക്ക് പരിവർത്തനം ചെയ്ത് പ്രസിദ്ധീക്കരിക്കാൻ വേണ്ടി കവർ ഡിസൈൻ ഉൾപ്പെടെയുള്ള സകല ക്രമീകരണങ്ങളും ചെയ്ത ഇൻസൈറ്റ് പബ്ലിക്കയുടെ പ്രസാധകനും പ്രവർത്തകർക്കും ഒത്തിരി നന്ദി.

●

● പാരിസിലെ ലൂവ്രേ മ്യൂസിയത്തിൻറെ പ്രവേശന കവാടത്തിന് മുന്നിൽ - സഹയാത്രികർക്കൊപ്പം.
(സ്വിടസ്സ് ഹോളിഡേയ്സ് - യൂറോപ്യൻ ടൂർ - ബാച്ച് 120)